எடின்பரோவின் குறிப்புகள்

எடின்பரோவின் குறிப்புகள்

சுரேஷ்குமார இந்திரஜித் (பி. 1953)

இயற்பெயர் என்.ஆர். சுரேஷ்குமார். பிறந்த ஊர் ராமேஸ்வரம். படித்ததும் வளர்ந்ததும் பணிபுரிந்ததும் வாழ்வதும் மதுரையில். மதுரை மாவட்ட வருவாய்த் துறையில் சிரஸ்தாராகப் பணிபுரிந்து 2011இல் ஓய்வு பெற்றார். இவருடைய இலக்கியப் பணிக்காக 2020ஆம் ஆண்டுக்கான விஷ்ணுபுரம் விருதைப் பெற்றார். முன்றில் அறக்கட்டளையின் 2023ஆம் ஆண்டிற்கான மா. அரங்கநாதன் இலக்கிய விருதையும் பெற்றிருக்கிறார்.

தொடர்புக்கு: sureshkumaraindrajith@gmail.com

ஆசிரியரின் பிற நூல்கள்

- அலையும் சிறகுகள் (1982)
- மறைந்து திரியும் கிழவன் (1993)
- மாபெரும் சூதாட்டம் (2005)
- அவரவர் வழி (2009)
- நானும் ஒருவன் (2012)
- நடன மங்கை (2013)
- இடப்பக்க மூக்குத்தி (2017)
- பின் நவீனத்துவவாதியின் மனைவி (2018) கிளாசிக் சிறுகதைகள்
- கடலும் வண்ணத்துப்பூச்சிகளும் (2019) நாவல்
- அம்பிகாவும் எட்வர்ட் ஜென்னரும் (2020) நாவல்
- ஒரு பாடகி ஒரு மாயப்பிறவி (2021) நாவல்
- நான் லலிதா பேசுகிறேன் (2022) நாவல்
- சுரேஷ்குமார இந்திரஜித் சிறுகதைகள்: 1981–2020 (2022)
- தாரிணியின் சொற்கள் குறுங்கதைகள் (2022)

தொகுப்பு

- டெர்லின் ஷர்ட்டும் எட்டு முழ வேட்டியும் அணிந்த மனிதர் – ஜி. நாகராஜன் (1993) கிளாசிக் சிறுகதைகள்

சுரேஷ்குமார இந்திரஜித்

எடின்பரோவின் குறிப்புகள்

காலச்சுவடு பதிப்பகம்

● அன்பார்ந்த வாசகருக்கு,

வணக்கம்.

காலச்சுவடு நூலை வாங்கியமைக்கு நன்றி.

நூலின் உள்ளடக்கம், உருவாக்கம், அட்டைப்படம் இன்ன பிற அம்சங்கள் பற்றிய உங்கள் கருத்துகளையும் ஆலோசனைகளையும் காலச்சுவடு வரவேற்கிறது. தகவல், எழுத்து, வாக்கியப் பிழைகள் தென்பட்டால் கட்டாயம் தெரிவித்து உதவுங்கள். நூல் தயாரிப்பில் கடும் குறைபாடு இருப்பின் மாற்றுப் பிரதி உங்களுக்குக் கிடைக்கக் காலச்சுவடு ஏற்பாடு செய்யும்.

மின்னஞ்சல்: **publisher@kalachuvadu.com**

காலச்சுவடு நாகர்கோவில் அலுவலகத்திற்குக் கடிதம் அனுப்பலாம்.

தங்கள்
எஸ்.ஆர். சுந்தரம் (கண்ணன்)
பதிப்பாளர் – நிர்வாக இயக்குநர்

எடின்பரோவின் குறிப்புகள் ◆ குறுநாவல்கள் ◆ ஆசிரியர்: சுரேஷ்குமார இந்திரஜித் ◆ © சுரேஷ்குமார இந்திரஜித் ◆ முதல் பதிப்பு: அக்டோபர் 2023, இரண்டாம் பதிப்பு: டிசம்பர் 2023 ◆ வெளியீடு: காலச்சுவடு பப்ளிகேஷன்ஸ் (பி) லிட்., 669, கே. பி. சாலை, நாகர்கோவில் 629001

eTinparoovin kuRippukaL ◆ Novellas ◆ Author: Sureshkumara Indrajith ◆ © Sureshkumara Indrajith ◆ Language: Tamil ◆ First Edition: October 2023, Second Edition: December 2023 ◆ Size: Demy 1x8 ◆ Paper: 18.6 kg maplitho ◆ Pages: 128

Published by Kalachuvadu Publications Pvt. Ltd., 669, K.P. Road, Nagercoil 629001, India ◆ Phone: 91-4652-278525 ◆ e-mail: publications @kalachuvadu.com ◆ Printed at Adyar Students xerox Pvt. Ltd., No. 275 Habibullah Road, Triplicane high Road, Opp Triplicane Post Office, Triplicane, Chennai 600005

ISBN: 978-81-19034-25-3

12/2023/S.No. 1205, kcp 4839, 18.6 (2) rss

ஸ்ரீநிவாச கோபாலனுக்கு

பொருளடக்கம்

முன்னுரை	11
எடின்பரோவின் குறிப்புகள்	15
ரோஜா மலர்	73

முன்னுரை

சிறுகதை, நாவல், குறுங்கதை எழுதிவிட்டேன். கவிதை சில எழுதியிருக்கிறேன். குறுநாவல் இதுவரை எழுதவில்லை. இரண்டு குறுநாவல்கள் எழுத நினைத்தேன். எழுதிவிட்டேன்.

இரண்டு குறுநாவல்களும் வெவ்வேறு வகையானவை. நான் எழுத ஆரம்பித்த காலத்திலேயே சிறுகதையாகட்டும், நாவலாகட்டும் குறுங்கதைகளாகட்டும் களமும் எழுதும் பாணியும் வரையறுக்க இயலாதவாறு மாறிக்கொண்டே இருக்க வேண்டும் என்று நினைத்தேன். பாட்டி முறுக்கு சுட்டு அடுக்குவதுபோல் ஒரே மாதிரி இருக்கக் கூடாது என்று நினைத்தேன். அவ்வாறே எழுதலானேன். என் கடைசி எழுத்தில் நின்று பின்னால் திரும்பிப் பார்த்தால் எழுத்தில் உள்ள வகைகளும் வித்தியாசங்களும் தெரியும். கடைசி எழுத்தில் நின்று 'இந்த இடத்திற்கு நான் வந்து சேர்ந்திருக்கிறேன்' என்று கணிப்பவர்கள் அடுத்து வரும் எழுத்தைப் பார்த்துக் கருத்தை மாற்றிக்கொள்ள வேண்டியிருக்கும். கடைசி எழுத்து என்பது வந்து சேர்ந்து நிலைத்திருக்கும் இடமல்ல. கடந்து செல்லும் இடங்களில் ஒன்று.

எனக்கு வயதாகிவிட்டது. என் கடைசி எழுத்து என்று ஒன்று அமையுமல்லவா, அது நான் வந்து சேர்ந்த இடமல்ல. நான் இருந்தால் அது, நான் கடக்கும் இடம்தான். வரையறுக்கப்பட முடியாத எழுத்தாளனாக இருக்க விரும்புகிறேன். என் எழுத்துகளை ஆராயலாம். விமர்சிக்கலாம்.

பாராட்டலாம். விலகிச் செல்லலாம். அவை வேறு. முத்திரைக்குள் அகப்படாதவனாக இருக்க விரும்புகிறேன்.

துப்பறியும் கதையாக நகரும் 'ரோஜா மலர்' குறுநாவலில் வரும், ரோஜா மலர், அதனை மிகுபுனைவாகவும் மாற்றிவிடுகிறது. ஏதோ ஓர் இடத்தில் ஆன்டனி எடின்பரோ என்ற பெயரைப் பார்த்தேன். என்னை இந்தப் பெயர் ஆகர்ஷித்தது. காரணம் தெரியவில்லை. எடின்பரோவின் வாழ்க்கை, அவனுடைய உளவியல் பற்றி எழுத எழுதப் புதிதாக எழுத்துகள் வந்து குறுநாவலை உருவாக்கின.

புனிதங்கள் எரிச்சலூட்டுவனவாக இருக்கின்றன. முன்னோடி எழுத்தாளரும் இன்றைக்கு எழுதுபவர்களுக்கும் வழிகாட்டியாக இருப்பவருமான புதுமைப்பித்தன் கடவுள் உள்ளிட்ட பல புனிதங்களை விசாரித்திருக்கிறார். கேள்வி கேட்டிருக்கிறார். கோபித்திருக்கிறார். பகடி செய்திருக்கிறார். தலைகீழாக ஆக்கியிருக்கிறார்.

இது சிறந்த எழுத்தாள குணம். புது விஷயங்கள், மாற்றங்கள் கண்டு அஞ்சுபவர்களுக்கு மரபிலிருந்து விலக இயலாதவர்களுக்கு புதுமைப்பித்தன் எழுத்துகள் இயல்பாகவே ஒவ்வாது. ஆனால், அவர் தவிர்க்க முடியாதவர் என்பதால் அவரை விரும்புவதாகப் பாவனை செய்வது வழக்கமாகிவிட்டது.

வெறும் எமோஷனல், சென்டிமெண்ட் கதைகளிலிருந்து விலகி இருக்கிறேன். அவற்றைப் படித்தால் அழுகை வரும்போல் இருக்கிறது. அந்தக் காலத்தில் 'பாசமலர்' கடைசிக் காட்சியில் அழுதது நினைவிற்கு வருகிறது. மதத்தை வியந்து ஓதும் கதைகளிலிருந்து விலகி இருக்கிறேன்.

எழுதுவது பற்றிப் பலரும் பல கருத்துகளைக் கூறி எவ்வாறு எழுத வேண்டும் என்று உபதேசிக்கிறார்கள். இவற்றைக் குறித்துக்கொள்ளும் மாணவர்கள் எழுத்தாளர்களாக உருவாவது அபூர்வம். கார்பன் காப்பிகளாக உருவாவது சுலபம். அபூர்வமாக உருவாகிறவர்களுக்கு வேறு காரணிகள் இருக்கக்கூடும்.

புதிதாக எழுத வருபவர்களை எவ்வாறு எழுதுவது என்று குழப்புவதற்குச் சூழலில் பல முனைப்புகள் உள்ளன. நான் இவற்றையெல்லாம் பார்த்துக்கொண்டும் எனக்குத் தோன்றியவற்றை எழுதிக்கொண்டும் இருக்கிறேன்.

என் எழுத்துகளைத் தட்டச்சு செய்பவரும் நான் ஆலோசனை செய்பவருமான ஸ்ரீநிவாச கோபாலனுக்கும், திருத்தம் செய்து உதவிய சிவராமனுக்கும், நான் எழுதுவதற்கு

மறைமுகத் தூண்டுதலாக இருக்கும் தேவேந்திர பூபதிக்கும் சுனில் கிருஷ்ணனுக்கும், நான் அடிக்கடி உரையாடும் ந. ஜயபாஸ்கரனுக்கும் என் நன்றி.

இக்குறுநாவல்களை வெளியிடும் காலச்சுவடு பதிப்பாளர் நண்பர் கண்ணன், காலச்சுவடு பதிப்பகப் பொறுப்பாளர் நண்பர் அரவிந்தன், பதிப்பகப் பணியாளர்கள் கலா, ஐரின் ஜெனிபர் ஆகியோருக்கும் என் நன்றி.

மதுரை **சுரேஷ்குமார இந்திரஜித்**

02–06–2023

எடின்பரோவின் குறிப்புகள்

சைமனும் மோகினியும்

சைமனும் அவன் தோழி மோகினியும் காரில் சென்றுகொண்டிருக்கிறார்கள். அவள் காரை ஓட்ட அவன் அருகில் உட்கார்ந்திருக்கிறான். அவர்கள் மலைப் பிரதேச ரிசார்ட்டில் மூன்று நாட்கள் தங்க உள்ளார்கள். மோகினி தொழிலதிபர். ஆயத்த ஆடைகள் ஏற்றுமதி செய்யும் தொழிலும் வேறு சில வியாபாரங்களும் செய்கிறாள். சைமனுடன் கல்லூரியில் ஒன்றாகப் படித்தவள். இள வயதில் இள மோகினிபோல இருந்தாள். இப்போது சற்று வயது கூடிய மோகினிபோல் இருக்கிறாள். அவளுடைய தந்தை அவள் மோகினியாகத் தோற்றம் தரக்கூடியவள் என்பதை அவள் குழந்தையாகப் பிறந்தபோதே அறிந்து பெயர் வைத்த தீர்க்கதரிசி. அவளுக்கு இந்துஸ்தானி இசை மிகவும் பிடிக்கும். மேற்கத்திய இசையையும் கர்னாடக இசையையும் கேட்பாள். சைமனுக்கு சினிமா இசை மட்டுமே கேட்கப் பிடிக்கும். டேப் ரெக்கார்டரில் குமார் கந்தர்வாவின் இந்துஸ்தானி இசை ஒலித்துக்கொண்டிருந்தது.

சைமன் மகிழ்ச்சியான மன உணர்வுகளுக்காகக் கர்னாடக ராகத்தில் அமைந்த சினிமா பாடல்களைத் தேர்வு செய்து வைத்திருந்தான். மலைச்சாலை என்பதால் மோகினி கவனமாக காரை ஓட்டிக் கொண்டிருந்தாள். அவள் தோளை அவன் தொட்டான். அவள் இவன் பக்கம் திரும்பாமல், "என்ன" என்று கேட்டாள்.

"கர்னாடக சங்கீதத்துல அமைஞ்ச சினிமா பாடல்களைப் போடலாமா."

"சரி போடு. கந்தர்வா என்னை ஆழ் நினைவுகளுக்குக் கொண்டுபோறார்."

கார் ரிசார்ட்டை அடைந்தது. அவர்கள் இரண்டு அறைகளை முன்பதிவு செய்திருந்தார்கள். தம்பதிகள் போல் தெரிபவர்கள் இரண்டு அறைகளை எடுத்திருப்பது வரவேற்பில் இருந்தவனுக்கு வித்தியாசமாக இருந்தது.

அறைகளுக்குச் சென்றார்கள். ஆளுக்கு ஒரு அறையை எடுத்துக்கொண்டார்கள். கொண்டுவந்திருந்த பெட்டிகளையும், பொருட்களையும் மோகினி தன் அறையில் வைத்துவிட்டு முகம் கழுவி, வெளியே சைமன் அறையை அடைந்தாள்.

"வரலாமா" என்று கேட்டாள்.

அவன் வரச்சொல்ல, மோகினி அவன் அறைக்குச் சென்றாள். அவளை சைமன் அணைத்துக்கொண்டான்.

அடுத்த நாள் அவர்கள் திட்டமிட்டபடி காட்டுக்குள் செல்ல வேண்டும். அவர்கள் இருவரும் கிளம்பி ஒரு குறிப்பிட்ட இடத்திற்குச் சென்றார்கள். அகலமான அடிப்பகுதியைக்கொண்ட மிகப் பெரிய ஆலமரத்தின் அருகே காரை நிறுத்தினார்கள். ஆலமரம் உயரமாகப் பரந்து விரிந்திருந்தது. இரவில் பறவைகளின் கூடாரமாக இருக்கும் மரம் அது. காரிலிருந்து இறங்கினார்கள். ஆலமரத்தின் உயரத்தையும் விழுதுகளையும் சைமன் பார்த்தான். விழுதுகள் மரத்தின் தாடி என நினைத்தான்.

சருகுகள் மிதிபடும் ஓசை கேட்டது. தோல் செருப்பு, இடையில் வேட்டி, சட்டையில்லாமல் போர்வையைப் போர்த்தி ஒருவன் வந்தான். மீசை, தாடி, தலைமுடி வளர்ந்து அடர்ந்திருந்தது. அதற்குள் முகம் தெரிந்தது.

"நாம் செல்வோமா" என்றான்.

மூவரும் நடந்தார்கள். "ரொம்பத் தூரமா" என்று கேட்டாள் மோகினி. "என்னைப் பொறுத்தவரை தூரமில்லை. உங்களுக்குத் தூரமாகத் தெரியலாம்."

கொஞ்ச தூரம் நடந்த பின், மோகினிக்குச் சோர்வு ஏற்பட்டது. சற்று உட்கார்ந்தார்கள். பூமிக்கு வெளியே புடைத்திருந்த தடிமனான வேர்களில் அமர்ந்தார்கள்.

கொண்டுவந்திருந்த பையில் இருந்த தண்ணீர் பாட்டிலிலிருந்து தண்ணீர் குடித்தார்கள். கூட்டிச்செல்பவன் தோலினால்

செய்த தண்ணீர்ப் பையை வாரில் இணைத்து மார்பின் குறுக்காகப் போட்டிருநதான். அவனுக்கு எப்போதாவதுதான் தண்ணீர் தேவைப்படும். இந்தக் கொஞ்ச தூர நடைக்கெல்லாம் அவன் இளைத்துப்போகிறவனில்லை.

நடந்தார்கள். நடந்துகொண்டே இருந்தார்கள். மோகினி களைத்துப்போனாள். இன்னும் எவ்வளவு தூரம்தான் நடப்பது என்று நினைத்துக்கொண்டிருக்கும்போதே ஒரு குடில் தென்பட்டது. மூவரும் அந்தக் குடிலை நோக்கி நடந்தார்கள். குடிலின் கதவு திறந்திருந்தது. உள்ளே ஒரு பெரியவர் உட்கார்ந்திருந்தார். கூட்டிவந்தவன் அவரைச் சாமியார் என்று விளித்துக்கொண்டிருந்தான். ஆனால் அவர் சாமியார் தோற்றத்தில் இல்லை. வெள்ளை வேட்டி. திருநீறுகூட இல்லை. மேலே வெள்ளைத் துண்டினால் போர்த்தியிருந்தார். கண் அசைவில் அமரச் சொன்னார். தரையில் விரிக்கப்பட்டிருந்த விரிப்பில் சைமனும் மோகினியும் உட்கார்ந்தார்கள்.

கூட்டிவந்தவன் குடிலின் வாசலுக்கு வெளியே குத்துக்காலிட்டு உட்கார்ந்தான். குடிலின் உள்ளே தீபம் எரிந்து கொண்டிருந்தது.

“நீங்கள் ஏன் இங்கு தனியாக இருக்கிறீர்கள்” என்றான் சைமன்.

“இந்த இடத்தில் விலங்குகள் ஏதுமில்லை. சிறு பிராணிகள் இருக்கின்றன. அதில் எனக்கு அசௌகரியமில்லை. நான் சமைத்த உணவு சாப்பிடுவதில்லை. காய், கனிகள் மட்டுமே சாப்பிடுகிறேன். பால் அருந்துகிறேன். தாகம்கூட அதிகமாக எடுப்பதில்லை. தண்ணீர் அந்தப் பானையில் இருக்கிறது. சற்றுத் தள்ளி நீரோடை இருக்கிறது. நீர் ஓடிக்கொண்டே இருக்கும். அந்த நீரில் குளிக்கலாம். குடிக்கவும் செய்யலாம். இரவில் அந்த விளக்கு எரியும். நான் பெரும்பாலும் இரவில் இங்கு தங்கு வதில்லை. கீழே உள்ள காளி கோயில்தான் என் இருப்பிடம். சில நாட்கள் தங்குவேன். நேற்று இரவு தங்கினேன். உன் அப்பா எடின்பரோ இங்கேதான் தங்குவார். அவர் வாழ்க்கையிலிருந்து ஒதுங்கி இருந்தார். காய், கனிகளைச் சாப்பிட்டு சத்துடன் இருந்நார். அவருக்கு வயிற்றுப் பிரச்சினை இருந்தது. அதைப் பெரிய நோய் என்று அவர் நினைத்தார். வனக்காவலர்கள் ஆரம்பத்தில் எங்களைக் கேள்வி கேட்டார்கள். பிறகு விட்டுவிட்டார்கள். காட்டில் வசிக்கும் உயிரினங்கள் போல எங்களை நினைத்துக் கொண்டார்கள். வா, உன் அப்பாவைப் புதைத்த இடத்தைப் பார்ப்போம்” என்று எழுந்தார். “உன் அம்மா ஏன் வரவில்லை” என்று கேட்டார். “என் அம்மாவுக்கு வர விருப்பமில்லை” என்றான் சைமன்.

அனைவரும் எழுந்தார்கள். "இது யார்" என்று மோகினியைக் காட்டிப் பெரியவர் கேட்டார்.

"இவள் என் சிநேகிதி" என்றான் சைமன்.

மௌனமாக நடந்து சென்றார்கள். பெரிய அரசமரம் ஒன்று கண்களுக்குத் தெரிந்தது. பிரம்மாண்டமான மரமாக இருந்தது. பலபுறங்களிலும் கிளை பரப்பி நின்றது அந்த அரசமரம். பெரும் உயரம். எண்ணமுடியாத கிளைகள். கிளைகளிலிருந்து கிளைகள்; அதில் இலைகள். சூரியன் எப்பக்கத்தில் இருந்தாலும் நிலத்தின் ஏதாவது ஒரு இடத்தில் நிழல் விழும் அளவுக்கு உயரமாகவும் பரந்தும் இருந்தது. அரசமரத்தின் அடிப்பாகச் சுற்றளவும் விரிவாக இருந்தது.

"இந்த அரசமரத்தின் கீழ்தான் எடின்பரோ புதைக்கப் பட்டார். அவருடைய எச்சங்கள் இந்த மரத்தின் அடிப்பாகத்திற்குக் கீழ் இருக்கும். வேர்கள் ஊடுருவியிருக்கும். இந்த மரம்தான் எடின்பரோ என்று நினைத்துக்கொள்" என்றார் பெரியவர்.

சைமன் மரத்தின் முன் முழங்காலிட்டுப் பிரார்த்தனை செய்தான். ஏதோ சில வாக்கியங்களை சத்தம் வராமல் சொல்லிக் கொள்வது வாயசைவிலிருந்து தெரிந்தது. மோகினி கைகளைக் கோத்துக்கொண்டு நின்றிருந்தாள். பிறகு அவர்கள் அனைவரும் குடிலுக்குத் திரும்பினார்கள்.

"அவர் கடைசிக் காலங்களில் எப்படியிருந்தார்."

"அவர் தனிமையில் இருக்க விரும்பினார். இந்தக் குடில் அவர் கட்டியதுதான். என் மனைவி இறந்துவிட்டாள். பிள்ளைகள் இல்லை. இருந்த வீடு பூட்டிக் கிடக்கிறது. அதை மராமத்துப் பண்ணி குடியிருக்கலாம். ஆனால் நான் காளி கோயிலில்தான் தங்குகிறேன். அங்குள்ள கிணற்று நீர் வற்றவே வற்றாது. மழைக்காலங்களில் வாளியில் தண்ணீர் மொண்டு குளிக்கலாம். ஆனால் ஒரு காலத்திலும் கிணறு நீர் ததும்பி வழிந்தது இல்லை."

"உங்களைப் பற்றிச் சொல்லுங்கள்" என்றார் பெரியவர்.

"நான் சென்னையில் வசிக்கிறேன். என் தந்தை இறந்த சேதியை நீங்கள்தான் என் அம்மாவுக்கு ஒரு ஆண்டு கழித்துத் தெரிவித்தீர்கள். என் அம்மாவிற்கு நீங்கள் எழுதிய கடிதத்தில் என் அப்பா தான் இறந்த ஒரு ஆண்டுக்குப் பின் தெரிவிக்குமாறு கூறியிருந்ததாகவும் எழுதியிருந்தீர்கள்."

"ஆம். நான்தான் தெரிவித்தேன். அவர் இங்கு புதைக்கப் பட்டதையும் நான் தெரிவித்தேன். நினைவுச் சின்னம் இல்லை. இந்த மரம்தான் நினைவுச் சின்னம். அழியாதது."

"உங்களுக்கும் அவருக்கும் எப்படிப் பழக்கம் ஏற்பட்டது. அவரைப் பற்றி நீங்கள் அறிந்ததைக் கூறுங்கள்."

"நான் அவரின் கடந்த கால வாழ்க்கை பற்றி அறியவில்லை. அவர் எதுவும் கூறியதில்லை. அவர் புதிரான மனிதர். நான் வாழ்க்கையில் பற்றில்லாமல் இருந்தேன். காளி கோயில் வளாகத்தில்தான் பெரும்பாலும் இருப்பேன். கோயில் ஒரு பொது இடம். மேலும், கோயில் என்பதால் பீடி, சிகரெட் புகைத்துக்கொண்டு ஊர்க்கதை பேசுபவர்கள் வருவதில்லை. கடவுளின் பெருமை பற்றிப் பேசுவார்கள். நான் காளியின் கோரம் எப்படிச் சிலை வடிவமாக வந்தது என்று யோசித்துக் கொண்டிருப்பேன். ஒருநாள் எடின்பரோவைக் கோயில் வளாகத்தில் பார்த்தேன். நண்பர்களாகிவிட்டோம். அதோ தெரிகிறதே அந்தத் தகரப் பெட்டி, அது அவர் உடைமை. அதன் சாவி என்னிடம் உள்ளது.

அவர் சைமனிடம் சாவியை எடுத்துக் கொடுத்தார்.

"திறந்து பார்க்கவா" என்று சைமன் கேட்டான். பெரியவர் தலையசைத்தார். பூட்டைத் திறப்பது சிரமமாக இருந்தது. நல்ல வேளையாகப் பெரியவர் தேங்காய் எண்ணெய் வைத்திருந்தார். தேங்காய் எண்ணெயைச் சிறிதளவு விட்டுத் திறந்தான். திறந்துவிட்டது. பெட்டியினுள்ளே பார்த்தார்கள். ஓரங்கள் செல்லரித்த காந்திஜியின் கறுப்பு வெள்ளைப் புகைப்படம் இருந்தது. இரண்டு பேண்ட்கள், இரண்டு சட்டைகள், இரண்டு உள்ளாடைகள், ஒரு நோட்டுப் புத்தகம் இருந்தது. ஆண்டு, மாதம், தேதி விவரங்கள் இல்லை. அதை லேசாகப் புரட்டிப் பார்த்தான். தனக்கு நிகழ்ந்தவற்றை அதில் அவர் எழுதியிருப்ப தாகத் தோன்றியது. தேதிகள் இல்லை. அந்தக் குறிப்புகள் முடிந்த இடத்தில் சுருக்கொப்பம் இட்டிருந்தார். இறுதியில் முழுப் பெயரையும் எழுதிக் கையொப்பமிட்டிருந்தார்.

•••

நோட்டுப் புத்தகக் குறிப்புகள்

மகாத்மா காந்தி

நான் இந்த இடத்தில் இருப்பதற்குத் தகுதி அற்றவன். பிரார்த்தனை மண்டபத்தில் மக்கள் கூடியிருந்நார்கள். பஜனை மாதிரி ஏதோ பாடல்களைப் பாடிக்கொண்டிருந்தார்கள். கூடியிருந்தவர்கள் என்னைப்போல் அல்லாமல் பெரும்பாலும் நல்லவர்களாக இருப்பார்கள் என்று நினைத்தேன். எனக்கு இந்தியாவே போற்றும், மக்கள் வழிபடும், மக்கள் பின்பற்றும் மகாத்மாவைப் பார்க்க வேண்டும் என்ற உந்துதல் இருந்து கொண்டிருந்தது. இன்றுதான் அதற்கான நேரம் அமைந்தது. நான் பார்த்தவரையில் வந்திருந்திருந்தவர்களில் பலர் பணம் இருக்கும் பர்சுகளைப் பாதுகாப்பாக ஒளித்து வைத்திருக்க வில்லை. மெல்லிய ஜிப்பாக்களின் பைகளில் பர்ஸ்கள் மினுமினுத்துக்கொண்டிருந்தன. சுலபமாக எடுத்துவிடலாம். நான் என்னைக் கட்டுப்படுத்திக்கொண்டேன். அமைதியை நேசிக்கும் கூட்டம். சாத்வீகத்தை விரும்பும் கூட்டம். மக்கள் கூட்டம் வன்முறைக்குக் காத்திருக்கும் என்பதை நான் அறிவேன். இந்து, முஸ்லிம் கலவரங் களில் மக்கள் எவ்வாறு இரக்கமற்று நடந்து கொண்டார்கள் என்று எனக்குத் தெரியும். மக்களை வன்முறையாளர்களாக மாற ஊக்குவிக்காமல் வன்முறையைத் தாங்கும் சாத்வீகர்களாக மகாத்மா மாற்றியது அற்புதமான செயல்.

நானும் என்னைப் போன்றவர்களும் விதிவிலக்குகள். நான் பம்பாய்க்கு வந்து கள்ளக் கடத்தலில் இருப்போருடன் சேர்ந்ததற்கு துர்ச்செயல்கள் செய்வதில் எனக்கு இருந்த விருப்பமே காரணம். சாதாரண வேலைகள் செய்து, முதலாளிகளுக்குப் பணிந்து குறைந்த வருவாயில் மனம் குறுகி வாழ்வதை நான் வெறுத்தேன். நாடு எங்களால் நிறைந்தால் கேடடைந்துவிடும்.

காக்கிசட்டை, பேண்ட்டில் நின்றிருந்த ஒருவனின் கண்கள் நிலைக்காமல், இயல்பாக இல்லாமல், அலைந்து கொண்டிருப்பதைப் பார்த்தேன். முகச்சலனங்களை மறைத்துப் பாறைபோல வைத்திருந்தான் என்றும் எனக்குத் தோன்றியது. இயல்பற்ற அந்த மனிதனின் அருகே இருந்த நான் சற்றுத் தள்ளிச் சென்றேன். முகங்களை கவனிப்பது என் வழக்கம். அங்கிருந்த பலரின் முகங்கள் அவர்களின் வழக்கமான முகங்களாக இல்லாமல் பரவசத்தில் கனிந்திருந்ததைக் கண்டேன்.

என் உள்ளுணர்வு கெடுமனம் உடையவர்களை எவ்வாறோ கண்டுபிடித்துவிடும் என்றே நினைக்கிறேன். அந்த மனிதனின் முகத்தில் தெரிந்த பாறைத்தன்மை கொடுஞ்செயலுக்குத் தயாராகும்போது இருப்பது என்று உணர்ந்தேன். நான் அவனிடமிருந்து சற்றுத் தள்ளி நிற்பது நல்லது என்று தோன்றித்தான் தள்ளி நின்றேன். கூட்டம் நிறைய இருந்தது. பிரார்த்தனையின்போது இவ்வளவு பேர் கூடுவது வழக்கம் என்று நான் நினைத்தேன்.

மகாத்மா 5 மணிக்கு வருவார் என்று சொல்லி யிருந்தார்கள். 5 மணி ஆகிவிட்டது. அவர் நேரப்படி நடப்பவர். சில நிமிடங்கள் தாமதமாவது இயற்கைதான். கூட்டம் பரபரப்படைந்தது. பிர்லா ஹவுஸிலிருந்து இரண்டு பேத்திகளின் தோளில் கைபோட்டு மகாத்மா வந்துகொண்டிருந்தார். கூட்டம் வழிவிட்டது. பிரார்த்தனை மேடையை அடைவதற்குச் சிறிது தூரமே இருந்தது. மகாத்மா வரும் வழியில் இருந்த பாறை முகம் கொண்ட மனிதன், மகாத்மாவிடம் ஏதோ சொல்ல, அவரும் அவனிடம் ஏதோ சொன்னார். சுடும் சத்தம் கேட்டது. அந்த மனிதனின் கையில் பிஸ்டல் இருந்தது. இரண்டு முறையோ, மூன்று முறையோ சுட்ட சத்தம் கேட்டது. மகாத்மா கீழே விழுந்தார். மக்களில் சிலர் அவனைப் பிடித்தனர். பிஸ்டலைப் பிடுங்கினார்கள். சிலர் அவனைத் தாக்கினார்கள். ஒரே பரபரப்பு. அங்கு பாதுகாப்புக்காக நின்றிருந்த போலீஸ்காரர்கள் அவனை இழுத்துச் சென்றார்கள். முடிந்தவரை எட்டிப் பார்த்தேன். மகாத்மா கீழே விழுந்து கிடந்தார். கூட்டம் குழப்பமடைந்தது. ஒழுங்கற்று அங்கும் இங்குமாகச் சென்றார்கள். மகாத்மா பிர்லா ஹவுஸிற்குள் எடுத்துச் செல்லப்பட்டதைப் பார்த்தேன்.

கலவரம் ஏற்பட்டுவிடும் என்று தோன்றியது. மகாத்மாவிற்கு என்ன ஆயிற்று என்று அறியக் கணிசமான கூட்டம் கவலையுடன் நின்றது. கூக்குரல்கள் ஒலித்தன. என்னிடமும் ஒரு ரிவால்வர் இருக்கிறது. அதை நான் ரூமில் வைத்துவிட்டு வந்திருந்தேன். என் பாதுகாப்பிற்காக நான் அதை வைத்திருக்கிறேன். நேரம் கடந்துகொண்டிருந்தது. பிர்லா ஹவுஸிலிருந்து அழுகுரல்கள் ஒலித்தன. யாரென்று தெரியவில்லை. ஒருவர் அந்தக் கட்டிடத்திலிருந்து வந்து, "பாபுஜி இறந்துவிட்டார்" என்றார். அந்தச் சொற்கள் ஒருவரிடமிருந்து மற்றவர் என மொத்தக் கூட்டத்திடமும் சேர்ந்தன. நானும் அறிந்தேன். இன்னும் சற்று நேரத்தில் பிரதமர், கவர்னர் ஜெனரல் வந்துவிடுவார்கள். நகரத்தில் இந்தச் செய்தி பரவிவிடும். நம்ப முடியாத இந்தச் செய்தி என்ன விதமான விளைவுகளை ஏற்படுத்தும் என்று எனக்குக் கற்பனை செய்ய முடியவில்லை. நான் இந்த இடத்தை விட்டு உடனே செல்ல வேண்டும். என் அறையில் ரிவால்வர் இருக்கிறது. நான் அதை என்னிடம் வைத்திருப்பது அபாயகரமானது என்பதால் அதை எங்காவது தொலைத்துவிட வேண்டும் என்று முடிவு செய்தேன்.

வெளியே வந்தேன். வாகனப் போக்குவரத்து இருந்தது. இன்னும் சில நேரங்களில் எல்லாம் ஸ்தம்பித்துவிடும்.

அடுத்த நாளே மகாத்மாவின் உடல் தகனம் செய்யப் பட்டது. பெரும் கூட்டம் என்றார்கள். அதன் பிறகே நான் கிளம்பினேன். வரும் வழியில் என் ரிவால்வரை ஒரு குளத்தில் போட்டுவிட்டேன். மிகவும் கஷ்டப்பட்டு பம்பாய் வந்து சேர்ந்தேன். அந்த மனிதனின் பெயர் நாதுராம் கோட்சே என்று அறிந்தேன்.

என் சகாக்களிடம் மகாத்மா சுடப்பட்ட இடத்தில் நான் இருந்தேன் என்பதையும் சுட்டவனை நான் பார்த்தேன் என்பதையும் சொன்னேன். நடந்ததை ஆர்வத்துடன் கேட்டார்கள். என்னால் முடிந்த அளவில் கற்பனையையும் சேர்த்து அந்த நிகழ்வை வர்ணித்தேன். சகாக்கள் அனைவருக்கும் மகாத்மா மீது மதிப்பும் மரியாதையும் இருந்தது. அவர் எங்களிடம் இந்தத் தொழிலை விட்டுவிடுங்கள் என்று நேரில் கூறியிருந்தால், அந்தச் சொற்கள் மாயம்போல் வேலைசெய்து நாங்கள் அனைவரும் அவர் சொல்வதைக் கேட்டிருப்போம். அத்தகைய சக்தி அவரிடம் இருந்தது. நிலைமை சகஜமாகும்வரை தொழிலை நிறுத்திவைத்தோம்.

•••

கவுசல்யா

பிராத்தல் நடக்கும் இடத்தில்தான் நான் கவுசல்யாவைச் சந்திதேன். அந்த இடத்தின் தலைவி பீடாவை வாயில் குதப்பிக்கொண்டே பேசினாள். துப்புவதற்கென்று தனியே பாத்திரம் வைத்திருந்தாள். கவுசல்யாவிற்கு மதர்த்த உடல் இல்லை. மார்பகங்கள் அளவாக இருந்தன. வயதானவர்களே அவளுக்கு வாடிக்கையாளர்களாக இருப்பார்கள் எனத் தோன்றியது. இந்த விஷயத்தில் நான் வெற்றிகரமான கணிப்பாளர் இல்லை என்பதைப் பின்னர் அறிந்தேன். பீடாவைத் துப்புபவள் அழைக்க ஆறு பெண்கள் வந்து நின்றார்கள். எனக்குப் பிடித்த மெலிந்த இளம் பெண்ணைத் தெரிவு செய்தேன். மற்றவர்கள் மதர்த்த உடலுடையவர்களாக இருந்தார்கள். அந்த இளம்பெண்தான் கவுசல்யா. நான் நினைத்ததிற்கு மாறாக அவள்தான் அதிக விலையுள்ளவளாக இருந்தாள்.

நான் கவுசல்யாவுடன் தனித்திருந்தேன். "நான் உன்னைத் தேர்வு செய்வததற்கு என்ன காரணம் என்று நினைக்கிறாய்" என்று அவளிடம் கேட்டேன். "உங்க மனசு எனக்கெப்படித் தெரியும்" என்றாள்.

அவளுடைய குடும்பப் பெண் தோற்றம்தான் என்று சொல்ல நினைத்தேன். இந்த இடத்திற்கு வராதிருந்தால், இங்கு இருப்பவர்கள் எல்லாமே குடும்பப் பெண்களாகத்தானே இருந்திருப்பார்கள். என்னுடைய புத்திசாலித்தனத்தை எல்லா இடத்திலும் காண்பிக்கக் கூடாது என்பதை நான் அனுபவத்தில் அறிந்திருந்தேன்.

"உன் மார்புதான் காரணம்" என்றேன். அவள் முகத்தில் நாணம் ஏற்பட்டதை நான் கவனித்தேன். அவளின் மீது விழுந்து அவசரமாக என் இச்சையைத் தீர்த்துக்கொள்ளக் கூடாது என்று நினைத்தேன். வசதியாக அவளை உட்காரவைத்து அவள் கைவிரல்களுடன் என் கைவிரல்களைக் கோத்துக்கொண்டேன். இதுபோன்ற பெண்களிடம் அவர்களின் கதையைக் கேட்க எனக்கு விருப்பம் இருந்ததில்லை. இங்கு அவளுக்கு இருக்கும் சௌகரியம் பற்றியும் தொல்லைகள் பற்றியும் கேட்டேன். நான் சமயங்களில் அறிவீனமாக நடந்துகொள்பவன். இந்தக் கேள்வியை நான் கேட்டிருக்கக் கூடாது என்று அவளின் சகஜ முகம் மாறுவதிலிருந்து அறிந்துகொண்டு, பொருத்தமற்ற ஒரு கேள்வியைக் கேட்டேன். "உனக்கு எந்த ஸ்வீட் பிடிக்கும்." அவள் "குலோப்ஜாமுன்" என்றாள். "அடுத்த தடவை வரும்போது குலோப்ஜாமுன் வாங்கி, மறைத்துக்கொண்டு வந்து உன்னிடம் தருகிறேன்" என்றேன். அவள் முகம் சகஜ நிலைக்கு வந்தது.

பெண்களிடம் எனக்குப் பெரிய அளவில் பழக்கம் கிடையாது. செபாஸ்டியன் இதே வேலையாய் இருப்பான். திருமணமாகியிருந்தாலும் இந்தப் பழக்கத்தைத் தொடர்ந்து கொண்டிருந்தான். எனக்கு ஏனோ தெரியவில்லை, அதிக நாட்டமில்லை. கவுசல்யாவைப் பார்த்தபோது மருட்சி என்ற சொல் எனக்கு நினைவில் வந்தது.

நான் கவுசல்யாவை நிதானமாக அடைவதை விரும்பினேன். அவள் இந்த நிதானத்தை விரும்ப மாட்டாள் என்று நினைத்தேன். நான் நினைத்ததற்கு மாறாக அவள் இருந்தாள். அவள் என் காதருகே மெல்லிய குரலில், "நான் உங்கள் மனைவி" என்றாள்.

ஆண்கள் அவசரப் புத்திக்காரர்கள். மனைவியிடமும் அவசரப்படுகிறவர்களே என்று அவள் மனைவியாக இல்லாததால் அறியவில்லை. அவள் காதருகே, "இல்லை, நீ எந்தன் காதலி" என்றேன். அவள் என்னை இறுக அணைத்தாள். "என்னை மனைவியாகக் கருத மாட்டீர்களா" என்றாள்.

மனைவிக்கும் காதலிக்கும் உள்ள வித்தியாசத்தைச் சொல்லிக் குழப்பும் இடம் இது இல்லை என்பதால், நான் அதற்குப் பதில் சொல்லவில்லை. சற்றே நேரம் கழித்துக் கூறினேன். "காதலி வேறு. மனைவி வேறு."

நான் ஏதோ கற்பனையில் இருப்பதை உள்ளுணர்வால் அறிந்த அவள், "நான் ஒரு விபச்சாரி. விபச்சாரி எப்படி இயங்குவாள் என்று தெரியுமா" என்று என்னிலிருந்து விடுவித்துக் கொண்டு என் உதட்டைக் கவ்வினாள். அவள் என்னில் கலந்தாள்.

ஓய்ந்து படுத்திருக்கும்போது அவளிடம் சொன்னேன். "நான் உன்னை மனைவியாக்கிக்கொள்ள விரும்புகிறேன். குலோப்ஜாமுன் வாங்கித் தருவேன்" என்றேன். அவள் முழங்கால்களில் கைகளை வைத்து உட்கார்ந்திருந்தாள். "உளறாதீர்கள்" என்றாள். அவளிடம் நான் கண்ட நாணம், மருட்சி இப்போது இல்லை. ஏதோ தவறு நடந்து அவை மறைந்து விட்டன.

•••

செபாஸ்டியன்

செபாஸ்டியன் என் சகா. இரக்கமற்றவன் என்பதும் நற்குணங்களைக் கொண்டவர் மீது விரோதம் கொள்பவன் என்பதும் அவனைப் பற்றிய என் கணிப்பு. என்னுடைய துணிவுகளும், பசப்புகளற்ற நேரடியான பேச்சும், அறிவும் அவனை என்னிடமிருந்து தள்ளிவைத்திருந்தது. தவிர எங்கள் குழுவில் உள்ளவர்கள் என் மீதே மதிப்பு வைத்திருந்தார்கள். நானே திட்டங்களை ஒருங்கிணைக்கும் தகுதியுடையவன் என்றும் நினைத்தார்கள். ஏற்கெனவே இருந்த குழுவில் நான் பின்னர் வந்துசேர்ந்து இந்த நிலையை அடைந்திருந்தேன். செபாஸ்டியனைக் குழுவிலிருந்து சமயோசிதமாக அகற்றுவதற்கான சந்தர்ப்பத்தை எதிர்பார்த்திருந்தேன். அவன் நான் வருவதற்கு முன்னரே குழுவில் இருந்தவன். குழுவினரின் மதிப்பை இழந்தவன் என்பதைக் குறுகிய காலத்திலேயே நான் அறிந்துகொண்டேன்.

அவனை அகற்றினால் அவன் விரோதங் கொண்டு எங்கள் குழுவினருக்கு எதிரான வேலைகளிலும், சூழ்ச்சிகளிலும் ஈடுபடலாம். அவனே விலகித் தனிக்குழு ஆரம்பித்தாலும் வேறு குழுவில் சேர்ந்தாலும், அது எங்களுக்கு நல்லதாக அமையும். ஆனால், அதற்கான வாய்ப்புகள் எப்போது வரும் என்று தெரியவில்லை.

நான் குழுவில் சேர்ந்ததிலிருந்து என் மதிப்பு கூடுவதைக் கண்ட செபாஸ்டியன், என்னை உபசரித்துக் கைக்குள் போட்டுக்கொள்ள நினைத்துத் தன் வீட்டிற்கு மதிய உணவிற்கு அழைத்தான்.

சுரேஷ்குமார இந்திரஜித்

இவன் எனக்குப் போட்டியாளனாக வரக்கூடியவன். இவன் குடும்பத்தோடு எனக்கு ஏற்படும் அறிமுகம், பழக்கம் என் கைகளைக் கட்டிவிடும் என்பதால் செல்வதற்கு யோசனையாக இருந்தது. தவிர்க்க முடியாமல் அவனுடன் அவன் வீட்டிற்குச் சென்றேன்.

சிறிய வீடு. அழகான மனைவி. ரோசலின் என்று பெயர். ஒரு கைக்குழந்தை. பெயர் டேவிட். ரோசலின் சிரித்த முகமாக இருந்தாள். செபாஸ்டியனுக்கு இவ்வளவு அழகான மனைவி என்பது அதிர்ஷடந்தான். முருங்கைக்காய் கறிக்குழம்பு, கறிவறுவல், ஆம்லெட், பீன்ஸ் பொறியல் வைத்திருந்தாள். ருசியாகச் சமைக்கக் கூடியவள். நானும் ருசித்துச் சாப்பிட்டேன். ரோசலின் மிகவும் பணிவாகப் பரிமாறினாள். பின்னால் எனக்குப் பகையாளியாகப் போகிறவனின் மனைவி கையால் சாப்பிடுவது அவன் மேல் கொண்ட பகையை அசைக்கக்கூடியது என்று உணர்ந்தேன். நான் தவிர்க்க முடியாது மாட்டிக்கொண்ட எத்தனையோ விதிகளில் இதுவும் ஒன்று. வெறும் கையுடன் செல்லக்கூடாது என்று ஆப்பிள் பழங்கள் வாங்கிச் சென்றிருந்தேன். அதை அவளிடம் கொடுக்கும்போது அவள் விரல்களுடன் என் விரல்கள் லேசாகத் தற்செயலாக உரசின. அந்த ஆப்பிள்களில் இரண்டை அழகாக வெட்டி ஸ்டூலில் வைத்திருந்தாள். நான் சில துண்டுகளைச் சாப்பிட்டேன். ரோசலின் கண்களில் ஒளி மின்னியது. இவள் செபாஸ்டியன் என்ற காலிப்பையனின் மனைவியாக இருக்கிறாள். அவள் ஒரு பெருந்தன்மையான கனவானின் மனைவியாக இருக்கத் தகுந்தவள். அவன் குடும்பத்துடன் எனக்கு மனரீதியாகப் பிணைப்பு ஏற்படக் கூடாது என்ற எச்சரிக்கை அந்தக் கைக்குழந்தையைப் பார்த்தபோது எனக்குத் தோன்றியது. இந்த விருந்தை நான் தவிர்த்திருக்க வேண்டும்.

செபாஸ்டியனின் ஒழுங்கற்ற செயல்கள் பற்றியும் நடத்தைகள் பற்றியும் குழுவில் உள்ளவர்கள் புகார் செய்து கொண்டே இருந்தார்கள். எங்கள் தொழிலின் பிதாமகனும் பல குழுக்களும் பார்த்து வியக்கும் இடத்தில இருக்கும் தலைவனுமாகிய பெரிய அய்யா அவனை ஒதுங்கியிருக்கும்படி செய் என்று ஓர் ஆள் மூலமாக என்னிடம் சொல்லியிருந்தார்.

செபாஸ்டியன் இல்லாமல் குழுவைக் கூட்டினேன். செபாஸ்டியனைக் குழுவிலிருந்து நீக்கி ஒதுங்கிப்போகும்படி நேரடியாகவே அவனிடம் அனைத்து உறுப்பினர்களின் முன்னிலையில் நான் சொல்ல வேண்டும் என்று முடிவாயிற்று. அவன் எங்களுக்குப் பகையாளியானாலும் அதைச் சந்தித்துக் கொள்வது என்றும் அனைவரும் முடிவு செய்தோம். அவன்

ஒற்றை ஆள். தனியாகக் குழு சேர்க்க முடியாது. ஏதாவது குழுவில் சேரலாம். அவனைச் சேர்த்துக்கொள்வார்களா என்பது சந்தேகந்தான். அது அவன் பாடு.

அந்த நாள் வந்தது. குழு உறுப்பினர்களின் முன்னிலையில் இனிமேல் குழு எந்த வேலையும் அவனுக்குத் தராது என்றும் குழுவிலிருந்து அவன் விலக்கப்பட்டான் என்றும் செபாஸ்டியனிடம் தெரிவித்தேன். என்னை விலக்குவதற்கு நீ யார் என்ற கேள்வியை அவன் கேட்கவில்லை. என் பலத்தை அவன் அறிந்திருந்தான்.

"என்னை விலக்கினால் குழுவின் வேலைகளை சம்பந்தப்பட்டவர்களிடம் தெரிவிப்பேன். நீங்கள் தொழில் செய்ய முடியாது" என்றான் செபாஸ்டியன். "அப்படி நடந்தால் நீ கொலை செய்யப்படுவாய்" என்றான் குழு உறுப்பினரான ஜெயா என்ற ஜெயச்சந்திரன். செபாஸ்டியன் இருக்கையிலிருந்து எழுந்தான். ஜெயா முண்டிக்கொண்டு அவனை நோக்கிச் சென்றான். நான் விலக்கிவிட்டேன்.

செபாஸ்டியனை நோக்கி அழுத்தமாகக் கூறினேன். "நீ எங்களைப் பகைத்தால் தாங்க மாட்டாய். நாங்கள் உன்னைப் பகைத்துக்கொள்ள விரும்பவில்லை. எங்கள் பகை உனக்கு விபரீதமாக முடியும் என்பதைத் தெரிந்துகொள். நீ கௌரவமாக இங்கிருந்து செல்வதையும் மீண்டும் எங்கள் வேலைகளில் தலையிடாமல் இருப்பதையும்தான் நீ செய்ய வேண்டும் என்று நினைக்கிறோம். பகைத்துக்கொள்வதுதான் உன் விருப்பம் என்றால் நாங்கள் தயார். சென்றுவிடு" என்றேன். அவன் சற்று நேரம் அமைதியாக இருந்தான். பிறகு எழுந்து சென்றுவிட்டான்.

•••

ரோசலின்

நான் எதிர்பார்த்திராத ஒரு நிகழ்வு நடந்தது. எங்கள் குழுவின் ஒரு குறிப்பிட்ட நடவடிக்கை லீக் ஆகியது. அதிலிருந்து தப்பி பொருட்களை உரிய இடத்தில் சேர்ப்பது மிகக் கஷ்டமாகி விட்டது. ஜெயா என்ற ஜெயச்சந்திரன் அந்த வேலையை எடுத்திருந்தான். இந்த நடவடிக்கையை செபாஸ்டியன் எப்படியோ கண்டறிந்து துறையினருக்கு லீக் செய்திருக்கிறான் என்று அவன் நினைத்தான். அவனுக்கும் செபாஸ்டியனுக்கும் முன்பகை இருந்ததை நான் புதிதாக அறிந்தேன்.

ரோசலின் படித்துக்கொண்டிருக்கும்போதே ஜெயாவிற்கு அவள் மேல் காதல் அல்லது ஆசை ஏற்பட்டிருந்தது. ரோசலின் அவனைப்பொருட்படுத்த வில்லை. ரோசலின் படித்துக்கொண்டிருந்த போதே காரணம் தெரியாத ஈர்ப்பு அவளுக்கும் செபாஸ்டியனுக்கும் ஏற்பட்டுள்ளது. ஜெயா பலமுறை ரோசலினை அணுகியும் அவள் அவனை ஏற்கவில்லை. அவளுக்கு செபாஸ்டியனைத்தான் பிடித்தது. அவளிடம் அதற்கான காரணம் கேட்டால் சொல்ல இயலாது. அவன் கைகளிலும் மார்பிலும் உடலிலும் ரோமங்கள் அதிகமாக இருப்பதால்கூட அவளுக்கு அவனைப் பிடித்திருக்கலாம்.

தான் செய்த வேலை லீக் ஆனது தொடர்பாக செபாஸ்டியன் மீது ஜெயாவிற்கு ஆத்திரம் இருந்தது. பஜாரில் இருவரும் நேருக்கு நேர் சந்தித்துக் கொண்ட நேரத்தில் வாக்குவாதம் ஏற்பட்டு

செபாஸ்டியனைக் கத்தியால் குத்தி ஜெயா கொன்றுவிட்டான் என்ற செய்தியை நான் சகாக்களுடன் சீட்டாடிக்கொண்டிருந்த போது காதர் கான் வந்து சொன்னான். நாங்கள் சீட்டாட்டத்தை நிறுத்திவிட்டு ஜெயாவிற்கு வக்கீல் தயார் செய்வதிலும் சட்ட, பண உதவிகள் செய்வதிலும் ஈடுபட்டோம். அவனுக்கு இன்னும் ஜாமீன் கிடைக்கவில்லை.

செபாஸ்டியன் கொலை செய்யப்பட்டான் என்ற செய்தி கிடைத்த பின் எனக்கு ரோசலின் கைக்குழந்தையுடன் நிற்கும் காட்சி தோன்றி மனதைச் சலனப்படுத்தியது. நான் அவள் நிலை பற்றிக் கேட்டுக்கொள்ளவில்லை. ஜெயா ஒரு முட்டாள். அவன் இவ்வளவு ஆத்திரப்பட்டிருக்க வேண்டியதில்லை. ரோசலினை அடைய முடியாத ஆத்திரம் உள்ளூறைந்து அவனைத் தொந்தரவு செய்திருக்கலாம். ஜெயாவும் செபாஸ்டியனும் இல்லாததால் குழு என் முழுக்கட்டுப்பாட்டில் வந்துவிட்டது. பெரிய அய்யா தான் அளித்த விருந்து ஒன்றிற்கு என்னையும் அழைத்திருந்தார். ஆயினும் நான் என் அளவை அளந்தே வைத்திருந்தேன். அளவை மீறினால் பகை உருவாகும்.

அவ்வப்போது சென்று கவுசல்யாவிடம் தனித்திருப்பேன். அவளைப் பார்க்கச் செல்லும்போது சின்ன டப்பாவில் குலோப்ஜாமுன் கொண்டுசெல்வதை வழக்கமாக்கிக்கொண்டிருந்தேன். அவளைப் பார்க்க வேண்டும் என்று தோன்றியதால் குலோப்ஜாமுனை வாங்கிக்கொண்டு அந்த நிலையத்திற்குச் சென்றேன். பீடாவைக் குதப்பிக் கொண்டிருப்பவளிடம் "கவுசல்யா வேண்டும்" என்று சொன்னேன். அவள் ரெஸ்டில் இருப்பதாவும் நான்கு நாட்கள் கழித்து வருமாறும் புதிய ஆட்கள் வந்திருக்கிறார்கள், பார்க்கிறீர்களா என்றும் என்னிடம் கூறி, கைதட்டி ஒருவனை அழைத்துச் சொன்னாள். நாலைந்து பெண்கள் வந்து நின்றார்கள்.

அதில் ஒருத்தி ரோசலின் போல இருந்ததினால் என் ஞாபகசக்தியைக் கூர்மையாக்கி யோசித்தேன். ஒரு நாள் பார்த்ததுதான். ஆனால், இவள் ரோசலின் என்று உறுதிப்பட்டது. என்னை அடையாளம் தெரிந்த மாதிரி அவள் முகம் இருக்கவில்லை. ஒரு நாள் பார்த்ததினால் ஞாபகத்தில் இல்லாமல் இருக்கலாம்.

நான் யோசித்தேன். கணவனின் நண்பன் என்று வந்தவனுக்கு உணவு பரிமாறியவள். ஆப்பிள் நறுக்கி வைத்தவள். கறிக்குழம்பு வைத்தவள். கைக்குழந்தையுடன் நின்றிருந்தவள். அவள், தற்போது என்னை அறியவில்லை. திடீரென்று அவளை

நான் அடைய வேண்டும் என்று காமம் என்னைத் தூண்டியது. மனதில் ஒரு பகுதி அந்த எண்ணத்தை மறுத்தது.

பீடா குதப்புபவள் விரைவாகச் சொல்லும்படி கூறினாள். ஒரு கணந்தான். நான் ரோசலினை நோக்கிக் கைகாட்டினேன். கொண்டுவந்திருந்த குலோப்ஜாமுனை அங்கிருந்த ஒருவனிடம் கொடுத்தேன். ரோசலினுடன் தனித்திருந்தேன். என்னை அவளுக்குத் தெரியவில்லை. நான் அவளைப் பற்றியோ அவள் என்னைப்பற்றியோ கேட்கவில்லை. "உன் பெயர் என்ன" என்று மட்டும் கேட்டேன். அவள் "ஹெலன்" என்றாள். "வைத்துக்கொண்ட பெயரா" என்றேன். அவள் தலையாட்டினாள்.

நான் அவளை அணைத்துக்கொண்டேன். கட்டிலில் படுத்தோம். சிரிப்பு முகமாக மாறியது அவள் முகம். கண்களில் நான் கண்ட ஒளி தெரிந்தது. எனக்கிருந்த சிறிய சந்தேகமும் நீங்கியது. அவள் ரோசலின்தான். என் வாழ்வின் பல கட்டங்களில் நினைவுகொண்டு சஞ்சலப்படும் தோல்வியை அன்று நான் அடைந்தேன். என்னால் முடியவில்லை. அவள் முன் நான் நபும்சகன்.

...

காதர் கான்

நான் சில கணக்குகளைப் பார்த்துக் கொண்டிருந்தேன். அப்போது காதர் கான் பரபரப்பாக வந்தான். "காந்தியைக் கொன்ற நாதுராம் கோட்சேயையும் நாராயண் ஆப்தேயையும் தூக்கில் போட்டுவிட்டார்கள்" என்று சொன்னான். நான் கணக்குகளைத் தொடர்ந்து பார்த்தேன். "அது அவர்களுக்குக் கிடைக்க வேண்டிய தண்டனைதான்" என்று காதர் கானை நிமிர்ந்து பார்த்துச் சொன்னேன்.

நான் டில்லியிலிருந்து பம்பாய் வந்து மகாத்மாவைச் சுட்டுக்கொன்ற நிகழ்வைப் பார்த்ததாகச் சொன்னபோது காதர் கான் அழுதான். "இனி இந்தியாவில் இருக்கும் முஸ்லிம்களைப் பாதுகாக்க வேறு எந்தத் தலைவர் இருக்கிறார். எங்கள் இருப்பு இனி துயரந்தான்" என்றான். "அப்படியெல்லாம் நினைக்காதே. இங்கு உள்ளவர்கள் உன்னிடம் வித்தியாசமாகவா நடந்து கொள்கிறார்கள்" என்றேன். "இன்றைய நிலை இப்படி" என்றான். காதர் கானுக்கு மகாத்மாவின் மீது பெரிய மரியாதை இருந்தது.

சில நாட்களுக்குப் பின் காதர் கானின் மனைவி மெஹ்ருனிசா என்னைப் பார்க்க வந்தாள். நான் அவளை எதிர்பார்க்கவில்லை. அவளை வரச் சொன்னேன். அவள் சோகமான முகத்துடன் வந்தாள். பர்தா அணிந்திருந்த அவளை நாற்காலியில் அமரச் சொன்னேன். அவளது கண்களிலிருந்து அவளை அறிந்துகொள்ள முடியவில்லை. கண்களில்

சுரேஷ்குமார இந்திரஜித்

கண்ணீர் வழிந்தது. அழ வேண்டாம் என்றும் என்ன பிரச்சினை என்பதைக் கூறுங்கள் என்றும் சொன்னேன்.

காதர் கான் இன்னொரு திருமணம் செய்துகொண்டான். இவளின் வீட்டுக்கு வருவதில்லை. செலவுக்கும் சரிவரப் பணம் கொடுப்பதில்லை. புதிதாக வந்தவளின் வீட்டிலேயே இருக்கிறான். அவன் சம்பாதிக்கும் பணம் இரு குடும்பத்தையும் நடத்துவதற்குப் போதுமான பணம் இல்லை என்பது அவனுக்குத் தெரியவில்லை. மெஹ்ருனிசாவை மணவிலக்கு செய்யப் போவதாகக் கூறுகிறான். மெஹ்ருனிசா தந்தையை இழந்தவள். சகோதரன் வீட்டில் தாய் இருக்கிறாள். சகோதரனுக்கும் போதிய வருமானம் இல்லை – இதுதான் அவள் முறையீட்டின் சாரம்.

இந்தப் பஞ்சாயத்திற்கெல்லாம் என்னிடம் தீர்வு இல்லை. இரண்டு திருமணம் செய்வதற்கு மார்க்கத்தில் தடையில்லை. ஆனால், வருமானம போதவில்லை. மெஹ்ருனிசா மீதான மோகம் தற்போது அவனுக்கு இல்லை. இந்தச் சிக்கலான பிரச்சினைக்கு நான் என்ன செய்ய முடியும். சற்றுநேரம் அமைதியாக இருந்தேன். “குழந்தைகள் உண்டா” என்று கேட்டேன். “இல்லை” என்று கூறினாள். நாளை வந்து என்னைப் பார்க்கும்படி கூறினேன். அவள் எழுந்து சென்றாள்.

எனக்குத் தோன்றிய விடையைச் சரிபார்த்துக்கொள்வதற்காக அருகிலுள்ள மசூதிக்குச் சென்றேன். தெளிவுபடுத்திக் கொண்டேன். அடுத்த நாள் மெஹ்ருனிசா வந்தாள்.

அவளிடம் நான் சொன்னேன். “நான் உங்களுக்கு காதர் கானிடமிருந்து தலாக் வாங்கித் தருகிறேன். நீங்கள் மண விலக்குப் பெற்றுவிடுவீர்கள். அவனுக்கு உங்களுடன் குடும்பம் நடத்துவதில் விருப்பமில்லை. அவனிடம் பேசிப் பார்த்தேன். உங்கள் மீது உள்ள பரிவினால் தலாக் சொல்லாமல் இருக்கிறான். உங்களுக்கு வேறு யாரையேனும் மணம் செய்துகொள்ளும் விருப்பம் இருக்கிறதா.”

அவள் அதிர்ச்சியடைந்தது தெரிந்தது. “அவன் வருமானத்தில் இரண்டு குடும்பங்களின் செலவுகளைச் சமாளிக்க முடியாது. மேலும் புதுப்பெண்டாட்டி மேல் மோகத்தில் இருக்கிறான். நீங்கள் அந்த ஓரமாக இருக்கும் பெஞ்சில் உட்கார்ந்து யோசித்துவிட்டுச் சொல்லுங்கள்” என்றேன். நான் அவளைப் பார்த்தேன். மெல்லிய உதடுகள். கூர்மையான நாசி. களங்கமற்ற பிரகாசமான முகம். “உங்களுக்கு நல்ல கணவர் கிடைப்பார். மறுமணம் செய்துகொள்வதில் உங்கள் விருப்பத்தையும் தெரிவியுங்கள்.”

அவள் பெஞ்சில் சென்று அமர்ந்தாள். நான் அவளுக்குக் காபி வரவழைத்துக் கொடுத்தேன். சற்றுநேரங்கழித்து அவளை அழைத்தேன். அவள் முகத்தைப் பார்த்தேன்.

"என்னால் என் கணவருடன் இருக்க முடியாது. தலாக் வாங்கிக் கொடுத்துவிடுங்கள். என் உறவினர் சர்ப்புதீன் என்று பெயர். அவர் என்னைத் திருமணம் செய்துகொள்வார். நானும் அவரும் சிறுவயது முதலே ஒருவரையொருவர் அறிந்தவர்கள்" என்றார்.

"முதல் மனைவியா" என்றேன்.

"இல்லை. இரண்டாம் மனைவி. அவர் பணவசதி உள்ளவர். என்மீது நல்லபிப்பிராயம் உள்ளவர். என்னை நன்றாகக் கவனித்துக்கொள்வார் என்று நம்புகிறேன்."

"நல்லது நடக்கும். காதர் கான் மூன்று தடவை தலாக் சொல்வான். நீங்கள் அமைதியாக இருக்க வேண்டும். சர்ப்புதீனுடன் உங்கள் திருமணம் நடக்கட்டும். நான் திருமணத்திற்கு வருகிறேன்" என்று சொல்லி டிராயரிலிருந்து கொஞ்சம் பணம் எடுத்து, "அதுவரையில் செலவுக்கு இருக்கட்டும்" என்றேன்.

அவள் வாங்கிக்கொள்ளத் தயங்கினாள். "நான் உங்கள் சகோதரன்" என்றேன். அவள் வாங்கிக்கொண்டாள்.

●●●

சர்ப்புதீன்

சர்ப்புதீன், மெஹ்ருனிசா திருமணத்திற்கு என்னால் செல்ல முடியாத நிலை ஏற்பட்டது. பின்னர் இருவருக்கும் ஒரு ஓட்டலில் விருந்து கொடுத்தேன். சர்ப்புதீன் தொழில் பற்றி விசாரித்தேன். கனகசபை செட்டியாரின் நகைக் கடையில் பார்ட்னராக இருப்பதாகச் சொன்னான்."செட்டியார்கள் முஸ்லிம்களைச் சேர்த்துக்கொள்கிறார்களா" என்று கேட்டேன். "பெரும்பாலும் இல்லை. செட்டியாரை எனக்குப் பலகாலமாகத் தெரியும். என்னிடம் பணம் இருந்ததால் என்னைச் சேர்த்துக்கொண்டார்" என்றான்.

மேலும், பேசிக்கொண்டிருக்கையில் எனக்குச் சபலம் ஏற்படுத்தக்கூடிய வகையில் இந்த நகைத்தொழிலை இங்கு செய்வது பாதுகாப்பில்லை என்பதால் திருச்சிக்குக் கொண்டுசெல்ல யோசித்து வருவதாக சர்ப்புதீன் கூறினான். பம்பாயில் இந்தத் தொழிலில் எனக்கும் சலிப்பு ஏற்பட்டிருந்தது. என்னிடமும் கணிசமாகப் பணம் இருக்கிறது. சொந்த மாநிலத்திற்குச் சென்று செட்டிலாவதே நல்லது என்று எனக்கும் தோன்றியது.

சர்ப்புதீன் அறிமுகத்தின் மூலம் எனக்கு ஒரு வழி தெரிகிறது என்று நினைத்தேன். நான் அவர்களுடன் பார்ட்னராகச் சேர்ந்தால் கொஞ்சம் கொஞ்சமாகத் தொழிலை எனக்குக் கீழ் கொண்டு வருவதற்கான தந்திரம் என்னிடம் இருக்கிறது.

மெஹ்ருனிசா மகிழ்ச்சியாகவும் சிக்கல்கள் இல்லாமலும் இருப்பவளாகத் தோற்றம் தந்தாள். நான் அவளிடம் அதிகம் பேசவில்லை. மேலும் கணவர் முன்னால் அவரின் மனைவியிடம் பேசுவது

நல்லதுமில்லை. விருந்து முடிந்து என் இருப்பிடத்துக்கு வந்து படுத்தேன். நகைக்கடை பார்ட்னராக ஆவது நல்லதிட்டம். அதை எப்படிச் செயல்படுத்துவது என்றுயோசித்துக்கொண் டிருந்தேன். எந்நேரமும் அபாயத்திலிருக்கும் இந்தத் தொழிலிலிருந்து விடுபட வேண்டும். வீடு கட்ட வேண்டும். திருமணம் செய்துகொள்ள வேண்டும். ஒன்றன் பின் ஒன்றாகத் திட்டங்கள் கற்பனையில் வந்தன.

அடுத்த நாள், அவர்களின் நகைக்கடை இருக்கும் வீதிக்குச் சென்று நோட்டம் பார்த்தேன். நடுத்தரமான கடை. போதுமானது. இதை அபிவிருத்தி பண்ணினால் இதைக் காட்டிலும் சற்றுப் பெரிய கடையாக ஆக்கலாம். சிவா ஜுவல்லரி ஷாப் என்று பெயர். கொஞ்ச நேரம் சுற்றிவிட்டு அந்தக் கடைக்கு வந்தேன். ஊழியர்கள் வாடிக்கையாளர்களுக்கு நகைகளைக் காண்பித்துக்கொண்டிருந்தார்கள். அதே பகுதியில் ஒரு ஸ்டூலில் சர்ப்புதீன் உட்கார்ந்திருந்தான். என்னைப் பார்த்ததும் எழுந்து என்னை அழைத்துக்கொண்டு உள்ளறைக்குச் சென்றான். உள்ளறையில் நெற்றியில் மூன்று விரற்கடை திருநீறு, நடுவில் சந்தனம் அணிந்து அமர்ந்திருந்த கனகசபை செட்டியாரிடம் என்னை அறிமுகப்படுத்தினான். அவர் சர்ப்புதீனை பாபு என்று அழைத்தார். புழக்கத்தில் அவன் பெயர் பாபு என்று அறிந்தேன். தவிர இந்தப் பெயர் ஒருவகையில் பாதுகாப்பானது. என் தொழிலைப் பற்றிக் கேட்டபோது, அந்தப் பெரியவரிடம் "கொடுக்கல் வாங்கல்" என்று மட்டும் மொட்டையாகச் சொன்னேன். அவர் முன்னால் நல்ல பையன் தோற்றம் கொண்டு பணிவாக அமர்ந்திருந்தேன். அவருக்கு என்மீது நல்ல எண்ணம் வர வேண்டும் என்று நினைத்தேன். சற்று நேரம் பேசிக்கொண்டிருந்தோம்.

பிறகு தனியாக சர்ப்புதீனிடம் பேசும்போது, திருச்சிக்கு நகைத்தொழிலை மாற்றும்போது நானும் ஒரு பார்ட்னராகச் சேர்ந்துகொள்வதாகவும், இந்த இடத்தை விட்டுச் செல்ல வேண்டும் என்ற எண்ணம் ஏற்பட்டுவிட்டதாகவும் கூறினேன். செட்டியாரிடம் பேசிவிட்டுச் சொல்வதாக சர்ப்புதீன் கூறினான்.

ஒருநாள் செட்டியார் அழைப்பதாக சர்ப்புதீன் கூறினான். குறிப்பிட்ட நேரத்திற்கு செட்டியாரைச் சந்தித்தேன். சர்ப்புதீன் உடன் இருந்தான். ஞாபகத்திலிருக்கும் அந்த உரையாடல் இப்படி இருந்தது.

"உன் குடும்பப் பின்னணி பற்றிச் சொல்லு." செட்டியார் பேசும்போது அவர் முகம் சிரித்த முகமாக ஆகிவிடுகிறது.

"விவசாயக் குடும்பம். ஊர் துவரங்குறிச்சி. அப்பா, அம்மா இறந்துவிட்டார்கள். ஊருக்கும் எனக்கும் தொடர்பு அறுந்து அதிக

காலமாகிவிட்டது. உறவினர்களும் இல்லை. அப்பா இறந்த சிறிது காலத்திலேயே அம்மாவும் இறந்துவிட்டாள். சிறிய பரப்புள்ள விவசாய நிலத்தையும் இருந்த சிறு வீட்டையும் விற்றுத்தான் பம்பாய் வந்து சேர்ந்தேன். இங்கு எனக்கு வழிகாட்டியாக இருந்த ஆறுமுகம் இறந்துவிட்டார்."

"ஏன் திருமணம் செய்துகொள்ளவில்லை."

"பார்த்துச் செய்வதற்கு ஆட்கள் இல்லை. நானாகப் பார்த்துத் திருமணம் செய்துகொண்டால் சரியாக வராது என்ற நினைப்பு."

"இங்கு உனக்குக் காதலி இருக்கிறாளா."

கவுசல்யாவைக் காதலி என்று சொல்ல இயலாது. அவளைப் பற்றி ஏதாவது உளறினால் காரியம் கெட்டுவிடும். நான் நல்ல பையன் என்று பெயர் எடுக்க வேண்டும்.

"இல்லை" என்றேன்.

"சர்ப்புதீன் உன்னிடம் சொல்லியிருப்பான். நாங்கள் திருச்சிக்கு இடம் மாற உள்ளோம். இன்னும் மூன்று செட்டியார்கள் சேர்கிறார்கள். நாங்கள்தான் மேஜர் பார்ட்னர்களாகவும், நிர்வாகம் செய்பவர்களாகவும் இருப்போம். சர்ப்புதீனும் நீயும் மைனர் பார்ட்னர்களாக இருக்கலாம். எல்லாம் எழுத்து மூலமாக ஒப்பந்தம் செய்துதான நடக்கும். பல விதிமுறைகள் உண்டு" என்று சொல்லி பார்ட்னராகச் சேர்வதாக இருந்தால் கொடுக்க வேண்டிய தொகையைச் சொன்னார்.

என்னிடம் அந்தத் தொகைக்குக் கூடுதலாகவே பணம் இருந்தது. நான் ஒப்புக்கொண்டேன். அவருக்குக் கொடுத்தது போக மீதி இருக்கும் பணத்தில் திருச்சியில் நிலம் வாங்கி மனைகளாகப் பிரித்து விற்றுத் தொழில் செய்யலாம் என்று நினைத்தேன். இதைச் செட்டியாரிடமும் சொன்னேன்.

"முதலில் திருமணம் செய்துகொள். அப்போதுதான் பொறுப்பு வரும்" என்றார்.

"ஆம். திருமணம் செய்துகொள்ள நினைத்திருக்கிறேன். பெண் கிடைக்குமா."

"வசதியில்லாத லட்சணமான பெண்கள் நிறைய இருக்கிறார்கள். புரோக்கரிடம் சொன்னால் அமையும்."

நான் அவர்களிடம் சொல்லிக்கொண்டு அறையை விட்டு வெளியேறினேன். கவுசல்யாவைப் பார்க்க வேண்டும் என்றும் தோன்றியது. ஆனால், அங்கு ரோசலினும் இருப்பாளே.

•••

இறுதி விருந்து

பீடா குதப்பிக்கொண்டிருந்தவளிடம் “கவுசல்யா வேண்டும்” என்று சொன்னேன்.

“நீ ஏன் அவளையே கேக்கற. கூட்டிட்டுப் போ” என்றாள். அருகே நின்றுகொண்டிருந்தவனிடம் சொன்னாள். சற்றுநேரத்தில் கவுசல்யா வந்தாள். தனித்திருந்தோம்.

“எவ்வளோ பேர் வருகிறார்கள். ஆனால், உன் உடல் எப்படிக் கட்டுக் குலையாமல் இருக்கிறது” என்றேன்.

“அது கடவுள் எனக்குக் கொடுத்தது” என்றாள்.

“எனக்காகத்தான் கடவுள் உன்னைப் படைத்திருக்கிறார். உன் மார்பை நான் பார்ப்பதற்காக.”

அவளின் மார்பு பற்றிப் பேசும்போதெல்லாம் அவள் நாணம் கொள்கிறாள் என்பதை அறிந்து வைத்திருந்தேன். எனக்கு அந்த நாணம் பிடித்திருந்தது. நான் அவளிடம் “நான் திருச்சிக்குச் சென்று நிரந்தரமாகத் தங்கிவிட முடிவெடுத்திருக்கிறேன். அங்கு தொழில் செய்யப்போகிறோம். நான் உன்னை இங்கிருந்து விடுவித்து, திருமணம் செய்து, திருச்சிக்குச் செல்ல நினைக்கிறேன். நீ என்ன நினைக்கிறாய்” என்றேன்.

அவள் பேசாமல் சற்றுநேரம் இருந்தாள். “எனக்கு அந்த வாழ்க்கை சரிப்பட்டு வராது. நான் இந்த வாழ்க்கைக்குப் பழகிவிட்டேன். ஏதோ ஆசையில் நீங்கள் சொல்லலாம். இப்படியேதான்

எப்போதும் இருப்பீர்கள் என்று நான் நினைக்கவில்லை. இப்போது தெரியாத ஏதாவது சச்சரவு, சண்டை பின்னால் ஏற்படலாம். என் கதி என்னாவது, பிறகு யாரிடம் பேசினாலும் சந்தேகம் வரும்" என்றாள்.

"இல்லை. நான் உன்னை நன்றாக வைத்துக்கொள்வேன். சந்தேகப்பட மாட்டேன்."

"இப்படி நிறையப் பேர் என்னிடம் சொல்லியிருக்கிறார்கள். நான் தரும் உடல் சுகத்திற்காக. நீங்கள் அவர்களில் ஒருவர். இது சரியாக வராது என்று மற்றவர்களிடம் சொன்னேன். அதையே உங்களிடமும் கூறுகிறேன்" என்று கூறிக்கொண்டே என் முகத்தில் பல இடங்களில் முத்தமிட்டாள்.

திடீரென்று, "ஏன் குலோப்ஜாமுன் வாங்கிவரவில்லை" என்றாள்.

உண்மையிலேயே எனக்கு மறந்துவிட்டது. "அவசரமாக வந்ததால் வாங்க முடியவில்லை" என்றேன.

"உங்கள் பெண்டாட்டி என்றால் மறக்குமா."

அப்பவும் மறக்கும் என்று சொல்ல முடியுமா. இது சர்ச்சைக்குரிய விஷயங்களைப் பேசும் இடமல்ல. மேலும், என்னைப் போல பலரும் அவளிடம் திருமணம் செய்துகொள்வதாகச் சொல்லியிருக்கிறார்கள். அவர்களில் நானும் ஒருவன்.

உண்மையிலேயே அவளைத் திருமணம் செய்துகொள்ளும் எண்ணம் எனக்கு இருந்ததா என்று யோசித்தேன். இல்லை என்றே உணர்ந்தேன். இது ஒரு நாடகம். இந்த நாடகத்தை ஏன் செய்தேன் என்று என்னால் அறிய முடியவில்லை.

கவுசல்யா கூறினாள். "அப்படியானால் இதுதானே இறுதி விருந்து" என்று பல தடவை வாய்விட்டுக் கூறினாள். அவள் மேல் நான் படர்ந்திருந்தேன்.

"உன்னை மறக்க முடியாது. நீ தரும் சுகம் ஈடில்லாதது. பெண்ணின் ஜாலங்களை அறிந்தவள் நீ" என்றேன். சட்டென்று அவள் விலகினாள். அவள் முகம் மாறியது. ஏதோ தவறான சொற்களைச் சொல்லிவிட்டேன். நான் அவளை நெருங்கினேன். சற்று நேரம் கழிந்தது.

"எல்லாம் முடிந்துவிட்டது" என்றாள். நான் வெளியே வந்தபோது, அவள் கூறியதை நான் பலமுறை என் நினைவில் கேட்டேன். நினைவில் பதிந்தன அந்தச் சொற்கள்.

•••

அகதா

திருச்சிக்கு வந்துவிட்டோம். பிரதானமான சாலையில் விசாலமான இடத்தில் சிவாஜி ஜுவல்லரி ஷாப் வந்துவிட்டது. நினைத்ததுபோல் நிர்வாகத்தை என்னால் கைப்பற்ற முடியாது என்பதை அறிந்தேன். நிறுவனம் செட்டியார்களின் நிர்வாகப் பிடியில் இருந்தது. என் முதலீடு அதில் இருந்தது என்பதைத் தவிர எனக்கு வரவு செலவில், நிர்வாகத்தில், கொள்முதலில் ஈடுபாடு செலுத்த வழி இல்லை. அவர்கள் செய்ய முடியாத எடுபிடி வேலைகளுக்கு சர்ப்புதீனை உபயோகப்படுத்திக்கொண்டார்கள். கடையில் நல்ல வியாபாரமும் நடந்ததால் நல்ல லாபம் இருந்தது. சர்ப்புதீன் தன் இரண்டு மனைவி களையும் அழைத்துவந்து வசதியான வீட்டில் வைத்திருக்கிறான். வட்டிக்கு விடும் தொழிலும் செய்கிறான். நான் நிலம் வாங்கி அதை மனையாகப் பிரிந்து விற்கிறேன். தனி அலுவலகம் வைத்திருக் கிறேன். அதிலும் பணம் வருகிறது. அடுத்து திருமணம்தான்.

என் அலுவலகத்திற்கு ஒரு டைப்பிஸ்ட்டை நியமனம் செய்தேன். பேப்பரில் விளம்பரம் கொடுத்திருந்தேன். ஏழு பெண்கள் வந்திருந்தார்கள். திருமணமானவர்களும் இருந்தார்கள். ஆனால் என் வாழ்க்கைக் கணக்குகளுக்குப் பொருத்தமான இளம்பெண் ஒருத்தியும் இருந்தாள். அவளைத்தான் வேலைக்கு எடுத்தேன். பெயர் அகதா. அழகான வடிவமும் வலுவான உடலும் உடையவளாக இருந்தாள்.

ஒருநாள் தனியே இருந்தபோது அவளைப் பின்புறமாகக் கட்டிக்கொண்டு அவள் தோளில் முகத்தை வைத்தேன். கூந்தலிலிருந்து வந்த வாசனையை அனுபவித்தேன். அவள் திரும்பி, முன்புறமாக என்னைக் கட்டிக்கொண்டாள். நான் அவள் உதட்டில் முத்தமிட்டு தோளில் முகத்தை வைத்துக் கொண்டேன். சற்று நேரத்தில் விடுவித்துக்கொண்டோம். அவள் என்னை வித்தியாசமாகப் பார்த்துச் சிரித்தாள். பிறகு தனியே இருக்கும் சந்தர்ப்பம் கிடைக்கும்போது கட்டிக் கொண்டு முத்தமிட்டுக்கொள்வோம்.

அவள் டைப் அடிப்பது மட்டுமல்ல, நில விற்பனை சம்பந்தமாக வருபவர்களிடம் பேசுவது, விளக்கம் சொல்வது, அவர்களை நிலத்தை வாங்க வைப்பது என இதர வேலைகளையும் ஆர்வத்துடன் செய்தாள். கெட்டிக்காரி. வியாபாரம் அதிகமாக நடந்தது. வரவு செலவுகளை வேறு ஒருவர் பார்த்துக்கொண்டிந்தாலும் அவரை இவள் கண்காணித்துக் கணக்குகளைச் சரிபார்த்தாள். ஒருநாள் அவள் கொடைக்கானல் சென்று தங்கிவரலாமா என்று கேட்டாள். நான் வேண்டாமென்றா சொல்வேன்; சரி என்றேன்.

கொடைக்கானலில் தங்கினோம். உறவு வைத்துக் கொண்டோம். காலையில் பால்கனியில் நின்று சூரியனையும் தாவரங்களையும் பார்த்துக்கொண்டிருக்கும்போது, பலவிதமான ஆட்களைக் கண்ட அனுபவத்தில் அகதா என்னை வீழ்த்திக்கொண்டிருக்கிறாள் என்று தோன்றியது. ஏதாவது காரணம் கண்டுபிடித்து வாய்த்தகராறு செய்து இவளுடனான உறவை முறித்துக்கொள்ள வேண்டும் என்றும் தோன்றியது. அகதாவை மனைவியாக்கிக்கொள்ளலாமா என்றும் யோசித்தேன். என் வியாபாரத்தை அவளைச் சார்ந்ததாக ஆக்கிவிடுவாள் என்றும் என்னை அதிகாரம் செய்து அவளுக்குக் கீழே நான் இருக்கும்படி ஆக்கிவிடுவாள் என்றும் தோன்றியது. சாமர்த்தியக்காரி என்று நினைத்தேன்.

அறைக்குள் பார்த்தேன். அவள்மீது அடக்க முடியாத காமம் பொங்கியது. நான் இதுவரை விபச்சாரிகளிடம்தான் காமத்தைத் தணித்திருக்கிறேன். இவளிடம் காமத்தைத் தணிப்பதற்கு முன் நான் பின்விளைவுகளைப் பற்றிய யோசனைகள் இல்லாதிருந்தேன். இது தந்திரத்தை இயல்பாகக் கொண்ட எனக்குப் பொருத்தமில்லாதது. ஊர் திரும்பிவிட்டோம்.

தனித்திருக்கும்போது அவளைத் தீண்டாமல் இருக்க என்னால் முடியவில்லை. இது எனக்குப் புதிய அனுபவம். அகதா வீட்டிற்கு அழைத்தாள். சுமாரான வீடு. அவளின் அப்பா

எடின்பரோவின் குறிப்புகள்

ராணுவத்திலிருந்து ஓய்வு பெற்றவர். அவர் பேசுகையில் பெரிய வில்லனாக இருப்பார் என்று உணர்ந்தேன். நான் கொஞ்சம் கொஞ்சமாக ஏதோ பொறியில் சிக்குவதாகத் தோன்றியது. அகதா தன்னைத் திருமணம் செய்துகொள்ளுமாறு என்னை வற்புறுத்த ஆரம்பித்தாள். அவள் கேட்பது சரியில்லை என்று சொல்லமாட்டேன். அவளைத் தீண்டிவிட்டு அவள் இப்படி வற்புறுத்துகிறாளே என்று யோசிப்பதில் அர்த்தமில்லை. நான் மறுத்து அவள் சட்ட நடவடிக்கையில் இறங்கினால் எனக்குத் தான் பிரச்சினை. பணம் கொடுத்து விலக்கிவிடும் யோசனை இவளிடம் பலிக்காது. இப்படியே எப்படி இருப்பது. திருமணத்தைக் கண்டோ, அகதாவைக் கண்டோ நான் பயப்படுவதற்கு என் எதிர்மறைக் கற்பனைகள் காரணமாக இருக்கலாம்.

ஒருநாள் அகதா என்னிடம் திருமணத்திற்காக வற்புறுத்திய போது, “நான் மறுத்தால் என்ன செய்வாய்” என்று சிரித்துக் கொண்டே கேட்டேன்.

“என்ன இப்படி சொல்கிறீர்கள். நாம் பழகியதெல்லாம் பொய்யா, நடிப்பா. அப்படிச் சொல்லாதீர்கள்” என்ற அவள் முகம் இறுகியது. “நாம் இருவரும் கொடைக்கானலில் தங்கியதற்கான ஆதாரங்கள் என்னிடம் உள்ளன. அங்கு இருந்தவர்களை சாட்சிக்காகக் கூப்பிடவும் என்னால் முடியும்” என்றாள். முகம் சிவந்திருந்தது. நான் மௌனமாக இருந்தேன். பிறகு அவளை நெருங்கி அணைத்தேன்.

எல்லாவற்றையும் சமாளித்துக்கொள்ளலாம். என்னால் முடியாததா என்று சிந்தனைகள் உருவாகின. நான் திருமணத்திற்கு ஒப்புக்கொண்டேன்.

•••

கனகசபை செட்டியார்

நான், சர்ப்புதீன், செட்டியார் அந்த அறையில் இருந்தோம்.

"நான் திருமணம் செய்துகொள்ள முடிவெடுத்து விட்டேன்" என்றேன்.

"பெண் யார்" என்றார் செட்டியார்.

நான் "அகதா" என்றேன்

"உங்க ஆபீஸ் டைப்பிஸ்ட் பெண்ணா" என்றான் சர்ப்புதீன். செட்டியார் அவனைப் பார்த்தார். "இவர் ஆபீஸ்லே ஒரு பெண் வேலையிலே இருக்காங்க. அவுங்க பேர் அகதா" என்றான் சர்ப்புதீன்.

"டைப்பிஸ்ட்டை கணக்குப் பண்ணிட்டீங்க" என்றார் செட்டியார்.

"இல்லை. இரண்டு பேரும் காதலிச்சோம். கல்யாணத்துலே கொண்டுவந்து விட்ருச்சு" என்றேன்.

"சொத்து இருக்கா. வீடு இருக்கா" என்று கேட்டார் செட்டியார்.

"இல்லை. இனிமேல் என் சொத்து அவள் சொத்து. என் வீடு அவள் வீடு" என்றேன்.

"எப்படி டயலாக் பேசறார் பாரு" என்றார் செட்டியார்.

"நான் பம்பாயிலே சுதந்திரமாக இருந்தவன். மரியாதையோடு இருந்தேன். அந்த ஊர் வேற மாதிரி. இது நம்ம ஊரு. நல்லவங்க கெட்டவங்களை அறிய

முடியலை. கலந்து இருக்காங்க. எனக்குக் குடும்பம் இல்லை. இனிமேதான் குடும்பம் உருவாகப் போகுது. பெண்டாட்டியோட அனுசரிச்சு போக முடியுமான்னு ஒரே யோசனையா இருக்கு."

"பெண்டாட்டிதான் புருசனை அனுசரிச்சு போகணும். நீங்க பணிஞ்சு போகாதீங்க. பெண்டாட்டி அனுசரணையா இருந்தாலும் இல்லைன்னாலும் இன்னொரு கல்யாணம் பண்ணிக்கிங்க. எனக்கு ரெண்டு பெண்டாட்டி. இந்த இருக்கானே பாபு, இவனுக்கு ரெண்டு பெண்டாட்டி. அப்பத்தான் பெண்டாட்டிகளும் பாலன்ஸ்டா இருப்பாங்க. நம்ம கைக்குள்ளே இருப்பாங்க. என்னடா பாபு. என்ன சொல்றே."

சர்ப்புதீன் தலையாட்டினான்.

நான் சர்ப்புதீனைப் பார்த்து, "உனக்கு எப்படி பாபுன்னு பேர் வந்தது" என்று கேட்டேன்.

"நான் சின்னப்புள்ளையா இருந்தப்ப எங்க வீட்டுக்குப் பக்கத்துலே இந்துக் குடும்பம் இருந்தாங்க. அங்க இருந்தவ களுக்கு என் பேரைச் சொல்லிக் கூப்பிடத் தெரியலை. பாபுன்னு கூப்பிட்டாங்க. அப்படியே பரவியிருச்சு."

"நில பிஸினஸ் எப்படிப் போகுது" என்றார் செட்டியார்.

"நல்லா போகுது. அகதாதான் எல்லாத்தையும் பாத்துக்கிறா. நான் மேலோட்டமாத்தான் கவனிச்சுக்கிறேன்."

"தம்பி அப்படி இருந்திராதீங்க. வியாபாரம் நம்ம கையிலே இருக்கணும். குடும்ப விவகாரங்கள்ல பெண்டாட்டி சொல்றதைக் கேக்கணும். அவுங்களுக்கும் முக்கியத்துவம் கொடுத்த மாதிரி இருக்கும். இல்லைன்னா ஏதாவது சச்சரவு வரும்."

"சின்ன வயசுலேயே குடும்பத்துக்குள்ளே இல்லைங் கிறதினாலே அந்த ட்ரிக் எல்லாம் இனிமேதான் கத்துக்கணும். பம்பாயிலே நான் நல்லா ட்ரிக் பண்ணினேன். இங்கே ஏன்னு தெரியலை, சாமர்த்தியமா இருக்க முடியலை. அகதா பின்னின வலையிலே நான் சிக்கிக்கிட்டேன்னு தோணுது."

"வரப்போற பொண்டாட்டியை அப்படிச் சொல்லாதீங்க. உங்க சாமர்த்தியம் வேற சில இடங்கள்லே செல்லுபடியாகலாம். சில விஷயங்கள்லே உங்களுக்கு வரப்போற பெண்டாட்டி உங்களைக் காட்டிலும் சாமர்த்தியமா இருக்கலாம். பாபு எல்லா விஷயத்திலேயும் அவன் ரெண்டாவது பெண்டாட்டிகிட்டே கேட்டுதான் முடிவு பண்றான். நானும் ஏதாவது குழப்பம்னா என் ரெண்டாவது பெண்டாட்டி கிட்டேதான் கருத்து கேட்பேன். அவளுக்கு அந்த விஷயம் புதுசுன்னாலும் அவள் சொல்றது

சரியா இருக்கும். போகப் போக எல்லாம் சரியாயிரும். கல்யாணம் ஆகிறதுக்கு முன்னாடியே இவ்வளவு சிந்திக்காதீங்க. குடும்ப வாழ்க்கையிலே போகப் போகக் கத்துக்குவீங்க. நீங்க பம்பாயிலே தாதாக்களையே பாத்தவரு."

"அது வேற. இது வேற. பம்பாய் ஆட்களை சமாளிக்க என்னாலே முடியும். குடும்பத்து ஆட்களை சமாளிக்க முடியுமாங்கிறதுதான் தெரியவில்லை. அகதாவோட அப்பன் சார்லஸ், ராணுவத்துலே இருந்து ரிட்டயர் ஆனவர். அவர் கெட்ட மூளையுள்ளவர்னு எனக்கு தோணிக்கிட்டே இருக்கு."

"ரொம்ப கற்பனை பண்ணாதீங்க. யோசிக்காதிங்க. யாரும் வலை பின்னலைன்னு நெனைச்சுக்கோங்க. இருக்கவே இருக்கு இன்னொரு கல்யாணம். எல்லாம் சரியாயிரும்."

கனகசபை செட்டியார் இருக்கையை விட்டு எழுந்து நின்றார். நான் விடைபெற வேண்டிய நேரம் வந்துவிட்டது. வெளியேறினேன். கார்வரை சர்ப்புதீன் கூட வந்தான்.

•••

திருமண வாழ்வு

அகதாவுடன் என் திருமணம் நடைபெற்றது. சில நாட்களிலேயே என் சுதந்திரம் குறைந்து கொண்டே வருவதை உணர்ந்தேன். திருமண, குடும்ப வாழ்க்கை பல திட்டவட்டமான கடமை களையும் வேலைகளையும் கொண்டது. மனைவியின் விருப்பங்களையும் நிறைவேற்ற வேண்டும். எல்லாத் திருமண வாழ்க்கைபோல என் வாழ்க்கையும் ஆரம்பத்தில் இன்பமாக இருந்தது. பெண்ணின் துணை, பெண் இன்பம் ஆண்களுக்குப் புதிது. பெண்ணுக்கும் இதேபோல்தான். இரண்டு புதிய அனுபவங்கள் சேரும்போது ஆனந்தம் கிடைக்கத்தான் செய்யும்.

நாட்கள் ஆக ஆக வாழ்க்கை எந்திரமய மாக இருப்பதாகத் தோன்றியது. வழக்கமான வேலைகள். நில வியாபாரத் தொழிலில் நான் வெளியேறிவிட்டேனா, வெளியேற்றப்பட்டேனா என்று என்னால் அறிய முடியவில்லை. அவள் என்னைவிட இந்தத் தொழிலில் சாமர்த்தியசாலி யாக இருந்தாள். செக்கில் கையெழுத்துப் போடச் சொல்வாள். நான் போட்டுவிடுவேன். கேட்கும்போது பணம் கொடுப்பாள். எனக்குத் தனிப்பட்ட செலவுகள் அதிகமில்லை. மது அருந்தும் பழக்கம் இல்லை. அந்த வாசனையே எனக்குக் குமட்டும். எனக்கு ஒத்துக்கொள்ளவில்லை. வீட்டில் தேவையான விருப்பமான உணவு வகைகள் கிடைக்கின்றன. மாமனாரும் மாமியாரும் வந்து

சோபாவை அடைத்து உட்கார்ந்து எனக்கு ஒவ்வாமையை ஏற்படுத்திச் சில நாட்கள் தங்கிச் செல்வதுதான் எனக்குச் சகிக்க முடியாததாக இருந்தது.

நான் கொடைக்கானல் சென்று சில நாட்களைத் தனியாகக் கழிக்க விரும்பினேன். ஆனால், அகதா தானும் வருவதாகக் கூறினாள். நான் தனியே செல்ல விரும்பியதாகச் சொன்னபோது, “நீங்கள் ஏன் தனியாகச் செல்ல வேண்டும்” என்று கேட்டாள். அவளின் தொந்தரவிலிருந்து விடுபடச் செல்கிறேன் என்ற உண்மையைச் சொல்லவா முடியும். அவள் என்னைத் தனியாகப் போக விடவில்லை. சண்டை பெரிதானது. இறுதியில் நான் போகவில்லை. நான் நினைத்ததைச் சாதிக்கும் சுதந்திரம் என்னிடம் இப்போது இல்லை. மீண்டும் பம்பாய் சென்று கவுசல்யாவைச் சந்தித்து சந்தோஷ வாழ்வைத் தொடர வேண்டும் என்ற எண்ணம் உந்தியது. கவுசல்யாவும் அதே இடத்தில்தான் இருக்கிறாளா என்று தெரியவில்லை. எல்லா இடங்களிலும் புது ஆட்கள் உருவாகி நிலைமைகள் மாறியிருக்கலாம்.

நில வியாபாரத்தை அவள் பார்த்துக்கொண்டாலும், நிலம் என் பெயரில் இருப்பதால் பத்திரத்தில் நான்தான் கையெழுத்திட வேண்டியிருந்தது. அகதா, அவளுக்கு நான் பவர் எழுதிக் கொடுக்கும்படி கேட்டாள். அவளுடைய இந்த சாமர்த்தியம் முழுதாக என்னை டம்மியாக்கிவிடும் என்று நான் அறிவேன். என்னிடம் அதற்கான காரணங்களைச் சொல்லி நயமாக என்னிடம் பேசி அதற்கு என்னை இணங்க வைக்க முயற்சி செய்தாள். அவளின் தந்திரம் எனக்குத் தெரிந்தது. நான் ஒப்புக்கொள்ளவில்லை. என்னால் அவளிடமிருந்து முழுமையாக விடுபட இயலாது. அவள் என் மனைவி. எனக்குச் சோம்பேறித்தனமான வாழ்வு பழகிவிட்டது. உழைப்பது அவள். அதன் பலன் தன்னிடமே சேரவேண்டும் என்று நினைக்கிறாள். நான் அவளை விட்டு விலகிவிட்டால் தன் நிலை என்ன என்று கற்பனை செய்து இந்தத் தந்திரங்கள் செய்கிறாள் என்று நினைத்தேன். அவளுடனான காமத் தொடர்புகள் பழகிப்போய்விட்டன. ருசிக்கவில்லை. காமத்தை ஒரு தந்திரமாக என்னிடம் உபயோகிக்கவும் செய்கிறாள். வியாபாரத்தை அவள் பார்த்துக்கொள்கிறாள். நிலம் என் பிடியில் இருக்கிறது. வரும் பணத்தை இரு பகுதியாக்கி ஒரு பங்கைத் தனக்கும் இன்னொரு பங்கை எனக்கும் வருமாறு ஏற்பாடு செய்துகொள்ளலாம் என்றாள். நான் அதற்கும் ஒப்புக்கொள்ளவில்லை. பிறகு பேங்கில் ஜாயிண்ட் கணக்கு ஆரம்பித்து அதில் வரவு வைக்கலாம் என்றாள். அப்படியானால்

செக்கில் அவள் கையெழுத்தும் தேவை. என்னை முடக்கும் எண்ணத்திற்கு நான் ஒப்புக்கொள்ளவில்லை.

வரும் பணம் கருப்புப் பணமாக வருவதால் சரியான கணக்கு எனக்குத் தெரியவில்லை. ஒருநாள் நில புரோக்கரை சந்தித்தபோது, அவள் தன் பெயரில் தனியாக நிலம் வாங்கியிருப்பதாகத் தெரிவித்தார். எனக்குக் கடுங்கோபம் ஏற்பட்டது."எனக்குத் தெரியாமல் பணம் சேர்த்து நிலம் வாங்கியிருக்கிறாய்.அது எனக்குச் சேர வேண்டிய பணம். நீ அதை அபகரித்திருக்கிறாய்" என்று சொல்லி அவளிடம் சண்டையிட்டேன். "நாம் இருவரும் கணவன், மனைவி. என் பெயரில் இருந்தாலும் உங்கள் பெயரில் இருந்தாலும் ஒன்றுதான். நமக்குத்தானே லாபம் கிடைக்கப்போகிறது" என்று சமாதானமாகப் பேசினாள்.

நான் வெளியே ஓட்டலில் தங்கினேன். அகதாவின் தந்தை சார்லஸ் என்னிடம் சமாதானம் பேச வந்தார். அவருக்குத் தணிவாகப் பேச வராது. ஓங்கித்தான் பேசுவார். எனக்குக் கோபமாகவும் எரிச்சலாகவும் இருந்தது. என் பணத்தை எடுத்து அவள் பெயருக்கு வாங்கிய நிலத்தை என் பெயருக்குப் பதிவுசெய்து கொடுக்க வேண்டும் என்று வற்புறுத்தினேன். "அவள் உழைக்கிறாள். வியாபாரத்தை வளர்க்கிறாள். அவளுக்கென்று நீங்கள் அல்லவா தனிச்சொத்து ஏற்படுத்திக் கொடுத்திருக்க வேண்டும்" என்று சார்லஸ் பேசினார். "என்னிடம் தெரிவிக்க வேண்டாமா. பணத்தை அவள் இஷ்டத்திற்குக் கையாள்கிறாள். நான் தலையிடுவதில்லை. என் பெயரில் வாங்கியிருக்க வேண்டும் அல்லது குறைந்தபட்சம் என்னிடம் சொல்லியிருக்க வேண்டும்" என்றேன்.

என்னைப் பார்க்க ஓட்டலுக்கு அகதா வந்தாள். நானும் அவளும் மட்டும் எதிர் எதிரே உட்கார்ந்திருந்தோம். நான் அன்று அவளைப் பின்புறத்தில் கட்டிப்பிடிக்காமல் இருந்திருந்தால், அவள் என் மனைவியாக இல்லாதிருக்கலாம். என்னுடைய விடலைத்தனமான ஆசை என் வாழ்க்கையை மாற்றிவிட்டது.

அவள் எழுந்து என் அருகே அமர்ந்தாள். என் கையை எடுத்துத் தன் கைக்குள் வைத்துக்கொண்டாள். "நான் என்ன தவறு செய்துவிட்டேன். உங்கள் பணம்தான். நான் உங்கள் மனைவி. என் பெயரில் நிலம் வாங்கியது தவறா. ஒரு வசதிக்காகச் செய்தேன். பிறகு சொல்லிக்கொள்ளலாம் என்று நினைத்தேன்" என்றாள். பிறகு என் மடியில் அமர்ந்து கைகளை என் தோளில் போட்டு நெருக்கி அவள் உதடுகளை என் முகத்தில் வைத்து முத்தினாள்.

தந்திரக்காரி என்றுதான் தோன்றியது. என்னிடம் பேசி சமாதானமும் செய்யாமல் சரசம் செய்து என்னை வீழ்த்த நினைக்கிறாள். நான் அவளைத் தள்ளிவிட்டேன். துரதிருஷ்டவசமாக அவள் கீழே விழுந்தாள். எழுந்து என்னை முறைத்துப் பார்த்து வெளியேறினாள்.

ஆரம்ப மோகத்தில் நானும் அவளும் குடியிருக்கும் வீட்டை அவள் பெயருக்கு வாங்கிவிட்டேன். அவளுக்குத்தான் வீடு உடமையானது. அதுவே கணிசமான மதிப்புடைய வீடு. வீட்டை வாங்கிக் குடிபுகுந்த அன்று அவள் என்னிடம் நடந்து கொண்டதை நினைத்தால் எனக்குக் கூச்சம் ஏற்படுகிறது.

திரும்ப வீட்டுக்குச் செல்வது எனக்குத் தாழ்வுதான். அவளுக்கு உடமையான வீட்டில் நான் இருக்க வேண்டும். அவள் பெயருக்கு வாங்கியது நான் செய்த தவறு. எனக்குக் கனகசபை செட்டியார் சொன்ன இரண்டாம் திருமணத்தை நோக்கி எண்ணங்கள் சென்றன. நான் நகைக்கடை பார்ட்னர்ஷிப்பிலிருந்து விலகிப் பல காலமாகிவிட்டது.

•••

சுகந்தி

நிலம் பல நபர்களுக்குச் சொந்தமாக இருக்கும். ஒவ்வொருவரிடமும் தனித்தனியே நிலத்தைக் கிரையம் பெற்றே நிலத்தைப் பெரிய பரப்புள்ளதாக ஆக்க முடியும். அப்படி ஒருதுண்டு நிலத்தை சுகந்தியிடம் நாங்கள் கிரையம் பெற்றோம். ஆவணங்கள் பற்றி அவளுக்குப் போதுமான அறிவு இல்லை. நாங்களே ஆவணங்களைச் சேகரித்து, அவளுடைய தந்தை அவளுக்கு அந்த நிலத்தை எழுதிவைத்த பத்திரத்தைக் கண்டுபிடித்து, நிலத்தையும் ரொக்கம் கொடுத்து வாங்கினோம்.

சுகந்தி தனியார் பள்ளி ஒன்றில் ஆசிரியையாக வேலை பார்த்தாள். அரசு உதவிபெறும் பள்ளி. தாயார் கூட இருந்தார். இரண்டாம் திருமணம் பற்றிய நினைப்பு எனக்கு வந்ததும் அவள்தான் என் ஞாபகத்திற்கு வந்தாள். அவள் குடையை எடுத்துக்கொண்டு வெளியே செல்லும்போது அவள் தோற்றமே அவளை டீச்சர் என்று சொல்லிவிடும். அழகான வடிவமுள்ளவள். அதிர்ந்து பேச மாட்டாள்.

அவளுடன் பழக வேண்டும். ஒரு சந்தர்ப்பத்தில் அவளைக் கட்டிப்பிடிப்பது, பின்னர் திருமணம் பற்றி அவளிடம் பேசுவதா அல்லது அவ்வாறு செய்யாமல் பேசுவதா என்று யோசித்தேன். இவளிடம் பலிக்குமா என்றும் யோசித்தேன். பழகியதற்குப் பின் அதைப்பற்றி யோசிப்போம் என்று நினைத்தேன்.

முதலில் ஏற்கெனவே இருக்கும் நில விற்பனைக் கணக்குகளைச் சரிபார்க்க வேண்டும் என்று முடிவு செய்து அலுவலகம் சென்றேன். அங்கு அகதா உட்கார்ந்திருந்தாள். என்னைப் பார்த்ததும் எழுந்து நின்றாள். நான் உட்கார்ந்ததும் அவளும் உட்கார்ந்தாள்.

சுரேஷ்குமார இந்திரஜித்

“காபி சாப்பிடுகிறீர்களா” என்றாள். நான் முகத்தைக் கடுமையாக வைத்துக்கொண்டு, “காபி வேண்டாம். கணக்குப் பார்க்க வந்திருக்கிறேன்” என்றேன். ஊழியரிடம் அவள் பீரோ சாவிகளைக் கொடுத்து இவர் கேட்கும் கணக்குகளைக் காண்பியுங்கள் என்று சொல்லிவிட்டு அலுவலகத்தை விட்டு வெளியேறினாள்.

பேங்குகளில் என் பெயரில் உள்ள கணக்குகளின் விவரத்தைக் கேட்டேன். பாஸ்புக்கை வாங்கிப் பார்த்தேன். செக் புத்தகங்களையும், நிலத்தின் அசல் பத்திரத்தையும் கேட்டேன். அகதாவிடம் கேட்டுவிட்டுத்தான் கொடுக்க முடியும். நீங்கள் இருவரும் பேசிக்கொள்ளுங்கள் என்றார் ஊழியர். எத்தனை மனைகள் விற்றிருக்கின்றன, எத்தனை மனைகள் விற்கப்பட வேண்டும் என்று அறிந்துகொண்டேன். விலைகளையும் பிற விவரங்களையும் பேப்பரில் குறித்துக்கொண்டேன்.

மனைகள் விற்ற தொகையில் ஒரு பகுதியை எடுத்து அவள் பெயரில் நிலம் வாங்கியிருக்கிறாள். ஒரு பகுதியைப் புழக்கத்தில் வைத்திருக்கிறாள். அவளுடைய பேங்க் கணக்கு விவரங்களை அறிய விரும்பவில்லை. மேஜை மீது இருந்த செக் புத்தகங்களையும் பாஸ் புத்தகங்களையும் எடுத்து என் பையில் வைத்துக் கொண்டேன். ஊழியர் பதறினார். “செக்கில் நான்தானே கையெழுத்துப் போட முடியும். என்னிடம் இருக்கட்டும்” என்றேன்.

“அசல் பத்திரம் இருக்குமிடம் தெரியவில்லை” என்றார். “பத்திரப் பதிவு செய்ய நான் வந்து கையெழுத்துப் போட்டால் தான் செல்லும். எங்கேயாவது வைத்திருப்பாள். அதைப் பின்னால் பார்த்துக்கொள்கிறேன்” என்றேன்.

“சார், கம்பேனி நல்லாப் போகுது. நீங்க ரெண்டு பேரும் சமாதானமா இருந்தா கம்பேனியிலே நல்ல முன்னேற்றம் இருக்கும்” என்றார் ஊழியர். ‘எல்லாம் முடிந்துவிட்டது’ என்ற கவுசல்சயாவின் சொற்கள் என்னுள் ஒலித்தன. நான் மௌனமாக வெளியேறினேன்.

சுகந்தியின் வீட்டுக்குச் சென்றபோது அவள் என்னை எதிர்பார்க்கவில்லை. ஆச்சரியத்துடன் என்னை உட்காரவைத்து, நான் உட்கார்ந்திருந்த இடத்தை ஒழுங்கு செய்தாள். “உன்னைப் பார்க்க வேண்டும் என்று தோன்றியது. வந்தேன்” என்றேன்.

அவள் ஆச்சரியத்துடன் என்னைப் பார்த்தபோது அழகாக இருந்தாள். காபி கொடுத்தாள். குடித்தேன். ருசியாகத் தயார் செய்திருந்தாள். “இந்தக் காபிக்காகவே அடிக்கடி வருவேன்” என்றேன். அவள் சிரித்துக்கொண்டே “வாங்க” என்றாள். பிறகு அடிக்கடி அவள் வீட்டிற்கு நான் செல்ல ஆரம்பித்தேன். காபி குடிப்பதற்காக மட்டுமே நான் வரவில்லை என்பதை அவள்

அறிந்தாள். நான் வரும்போது அவள் பளிச்சென்று புதுத் தோற்றத்தில் இருந்தாள்.

அவள் அறிவுக்கூர்மை உள்ளவள் அல்ல என்றும் எப்படியோ வேலை கிடைத்து டீச்சராக ஆகியிருக்கிறாள் என்றும் உணர்ந்தேன். அவளுடைய அம்மாவிற்கு உடல்நலம் சரியில்லாமல் ஆகிவிட்டது. மருத்துவமனையில் சேர்த்து செலவு செய்து மருத்துவம் செய்தேன். ஆனால், பலனில்லை. அவர் இறந்துவிட்டார். என் மீது சுகந்திக்கு நல்லபிப்பிராயமும் அன்புணர்ச்சியும் ஏற்பட்டிருந்தன. நான் அகதாவை விட்டு விலகியிருப்பதை அவள் அறிவாள். அவளுக்குத் துணை தேவை யாக இருப்பது எனக்கு வாய்ப்பை ஏற்படுத்திக் கொடுத்தது.

சுகந்தியும் நானும் நேர் எதிர் எதிரே உட்கார்ந்திருந்தபோது, நான் அவளைத் திருமணம் செய்துகொள்ள விரும்புவதாகச் சொன்னேன். முதல் திருமணத்தைத் தீர்த்து அவளுக்கு ஒரு தொகையையும் கொடுத்து செட்டில் செய்துவிடுவதாகத் தெரிவித்தேன். என்னால் லாபமடைந்தவள் அகதா. என்னிடம் டைப்பிஸ்டாக வேலைக்குச் சேர்ந்தவள். இன்றைக்கு ஒரு கம்பேனியை நிர்வாகம் செய்கிறாள். சுகந்தி ஒப்புக்கொண்டாள்.

அகதாவை செட்டில் செய்யும் வேலை துரிதமாக நடந்தது. புரோக்கர் மூர்த்தி இளைஞன். அவன் மூலமாக நிலம் வாங்கி யிருக்கிறோம். மனைகளை விற்றிருக்கிறோம். விவரமானவன். அவன் எங்களுக்கு இடையே பேசுபவனாக அமைந்தான். அகதா ஏற்கெனவே சேர்த்த தொகை அவளிடமிருந்தது. வியாபாரம் குந்தகமில்லாமல் நடக்க வேண்டும் என்பதே அவளின் குறிக்கோளாக இருந்தது. விற்காத மனைகளை அவள் பெயருக்கு மாற்றிக் கொடுத்துவிட்டேன். என்னிடமிருந்த பணத்தைக் கொண்டு வேறு ஓர் இடத்தில் மூர்த்தி மூலமாக நிலம் வாங்கிப் போட்டு மனையாகப் பிரித்து விற்பனை செய்யும் வேலையை ஆரம்பித்தேன். மூர்த்தியைத் துணைக்கு வைத்துக்கொண்டேன். அகதாவிடமிருந்து சட்டபூர்வமாக விலகிவிட்டேன்.

நான் சந்தித்த பெண்களில் சுகந்தி வித்தியாசமானவள் என்று பழகப் பழக என் உள்ளுணர்வு கூறியது. உள்ளூரத் தந்திரக்காரி. கமுக்கமானவள். மனதில் இருப்பதை அறிவது சிரமம். அவளுடைய விழிகளும் மதர்த்த தோள்களும் அவளைப் பார்த்தது முதல் என்னை ஈர்த்துக்கொண்டிருந்தன. விழிகளினால் நேரே பார்க்க மாட்டாள். சாய்வாக ஓரக்கண் களால் பார்ப்பாள். இயற்கையாகவே அவள் கண்கள் போதைக் கண்கள். தோள்களின் வனப்பு என் உணர்வைத் தூண்டும். நான் சுகந்தியைத் திருமணம் செய்துகொண்டேன். வசதியான ஒரு வீட்டை வாடகைக்கு எடுத்து நாங்கள் இருவரும் வசித்தோம்.

காலையில் எழுந்திருப்பது முதல் வீட்டைப் பராமரிப்பது வரை அவள் சோம்பேறியாக இருந்தாள். நான் நிலத்தொழிலில் என் முழு ஈடுபாட்டையும் செலுத்தினேன். தனியே அலுவலகம் வைத்துக்கொண்டேன். போகப்போக நான்தான் காம உணர்வில் தவித்துக்கொண்டிருந்தேன். அதற்கு அவள் இடம் கொடுத்தாள். ஆனால், அவளுக்குக் காம உணர்வு எதனாலோ குறைவாக இருப்பதை உணர்ந்தேன். இரவில் தாமதமாக வந்து அவளுடன் படுக்கும்போது கட்டை மாதிரி கிடப்பாள். முக்கியமான சமயங்களில் கொட்டாவி விடுகிறாள். அகதா சுயநலமுடையவளாக இருந்தாலும், இத்தகைய விஷயங்களில் முனைப்புள்ளவளாகவும் ஒத்துழைக்கக்கூடியவளாகவும் இருந்தாள். சுகந்தி அமுக்குணி.

நான் வியாபாரம் நன்றாக விருத்தியாகிறது என்று என் சாதனைகளைச் சொல்லிக்கொண்டிருக்கும்போது அவள் என்னை ஓரக்கண்ணால் பார்ப்பாள். நான் சொல்வது எதுவும் அவள் மண்டையில் ஏறுவதாக இல்லை. பள்ளி வேலையை விடச் சொல்லி அவளை வியாபாரத்தில் துணைக்கு வைத்துக் கொள்ளலாம் என்று அவள் தோள்களைப் பார்த்தபோது நினைத்தேன். ஆனால், அவள் மக்காக இருந்தாள்.

ஒருநாள் நகைக்கடைக்குச் சென்று கனகசபை செட்டியாரைப் பார்த்தேன். சர்ப்புதீன் இருந்தான். மெஹ்ருனிசா பற்றி விசாரித்தேன். அவளுக்கு ஆண் குழந்தை பிறந்திருப்ப தாகவும், குடும்பத்திற்கு ஏற்ற அமைதியான பெண் என்றும் பாராட்டாகக் கூறினான். நான் ஏற்பாடு செய்த திருமணம் நன்றாக அமைந்துவிட்டது. என் திருமணம்தான் பெரிய அலைக்கழிப்பாய் இருக்கிறது. செட்டியாரிடம் சொன்னேன். “நீங்கள் சொன்ன இரண்டாம் திருமண பார்முலா எல்லா இடத்திலும் வெற்றியடையாது போலிருக்கே.” அவர் சொன்னார். “நீ எதுக்கு முதல் பெண்டாட்டியைத் தீர்த்துவிட்டே. அது தப்பு. இரண்டையும் வைச்சுக்கணும். அப்பதான் வாழ்க்கை நல்லா இருக்கும், மகிழ்ச்சியாகவும் இருக்கும்” என்றார். “அந்த ஏற்பாட்டிற்கு அமையாத பெண்கள்தான் எனக்குப் பெண்டாட்டியா வந்த ரெண்டு பேரும்” என்றேன்.

“அந்த மாதிரி அமையற பெண்களைத் திருமணம் பண்ணியிருந்திருக்கணும். அதுதான் சாமர்த்தியம்” என்றார். நான், ‘ஆம், நான் சாமர்த்தியமில்லாதவன். என் சாமர்த்திய மெல்லாம் பம்பாயுடன் முடிந்துவிட்டது’ என்று நினைத்துக் கொண்டேன். செட்டியாரிடம் வாதம் செய்வதில் பொருளில்லை என்பதால் பேச்சை முடித்துக்கொண்டேன்.

•••

ஜான்சன்

சைமன் பிறந்துவிட்டான். வாழ்க்கையில் அலுப்புற்றிருந்த எனக்கு மகன் பிறந்தது மாற்றத்தை ஏற்படுத்தும் என்று நினைத்தேன். குழந்தையைப் பார்த்துக்கொள்வதற்காக சுகந்தியை வேலையை விடச் சொன்னேன். அவள் மறுத்துவிட்டாள். போதுமான பணம் என்னிடம் இருக்கிறது. சுகந்தி வேலைக்காரியை நியமனம் செய்தாள். அவ்வாறு செய்தது எனக்குப் பிடிக்கவில்லை. இந்தத் திருமண வாழ்க்கையில் நான் நினைத்ததைச் சாதிக்க என்னால் முடியவில்லை. என்னால் மனைவிகளை வசப்படுத்த முடியவில்லை. தனக்கென்று ஒரு வருமானம் இருக்க வேண்டும் என்று நினைக்கிறாள். அதுவும் சரிதான் என்று சமாதானமாகிக் கொண்டேன்.

அழகான வடிவும் வளமான தோள்களும் ஓரக்கண்ணால் பார்க்கும் வித்தையும் அறிந்த அவள் புத்திசாலியாக இருக்கவில்லை. என் தொழிலில் எனக்குத் துணையாக சாமர்த்தியமாக செயல்படுவாள் என நினைத்தேன். என் முடிவுகள் தவறாக அமைகின்றன. குழந்தையை சுகந்தி பாரத்துக் கொள்ளும் விதமும் எனக்குப் பிடிக்கவில்லை. என்னைத்தான் சரியாகக் கவனிக்கவில்லை, குழந்தையையும் அப்படித்தான் கவனிக்கிறாள்.

எனக்கு மன உளைச்சலாக இருந்தது. மது குடிக்க விரும்பினேன். நில வியாபாரம் தொடர்பாக அறிமுகமான ஜான்சன் மது குடிப்பவர். அவர் இரண்டு மனைகளை என்னிடம் வாங்கினார்.

கட்டிடம் கட்டும் காண்ட்ராக்டர் அவர் தனி அறையில் மது அருந்துவார். அழகான வால் பேப்பர்கள் ஒட்டப்பட்ட விசாலமான அறையில் வெளிநாட்டு சரக்குகள்தான் குடிப்பார். அவரைத் தொடர்புகொண்டேன். "நான் கம்பேனி கிடைக்காமல் இருக்கிறேன். உடனே வாருங்கள்" என்றார். நான் சென்றேன். இந்த மது எனக்குக் குமட்டவில்லை. நல்ல வாசனையாக இருந்தது. முந்திரிப் பருப்புகளும் சிப்ஸ்களும் வைத்திருந்தார். எனக்குக் குடிக்க அவர் கற்றுத்தந்தார். வெளிநாட்டு சரக்குகள் கிடைக்கும் இடத்தையும் ரகசியமாக என்னிடம் சொன்னார்.

நான் குடிக்க ஆரம்பித்தேன். போதை ஏற ஆரம்பித்தது. ஜான்சன் சினிமாப் பாடல்களை அவரால் முடிந்த அளவு பெரிய குறைகள் இல்லாமல் நன்றாகவே பாடினார். நில வியாபாரம் பற்றி விசாரித்தார். நன்றாகப் போய்க்கொண்டிருக்கிறது என்றும் உதவியாளர் மூர்த்தி இருப்பது எனக்கு உதவியாக இருக்கிறது என்றும் கூறினேன். அகதாவைப் பற்றி விசாரித்த போது அவளைப் பற்றிப் பேசவேண்டாம் என்றேன். போதையில் இருந்த நான் எனக்கு மன அழுத்தமும் வாழ்க்கை மீது வெறுப்பும் இருப்பதைக் கூறினேன். நீங்கள் பாதர் ராஜாவைப் பார்க்கலாம் என்று அவர் கூறினார். நீங்கள் அவரிடம் சென்று பாவ மன்னிப்புக் கோர வேண்டாம். தனியே சந்தித்துத் துயரங்களைக் கூறுங்கள். நிவாரணமாக இருக்கும், ரகசியம் காப்பவர் என்றெல்லாம் கூறினார். நல்ல யோசனை என்று கூறினேன்.

ஆனால் எனக்கு மெஹ்ருனிசாவைச் சந்தித்து என் துயரங்களைக் கூறி ஆறுதல் அடைய வேண்டும் என்று தோன்றியது. இந்த ஊரில்தான் இருக்கிறாள். அவளுடைய முகம் களங்கமற்றது. சர்ப்புதீனுக்கு நல்ல துணைவியாக இருக்கிறாள். இதென்ன விபரீதமான எண்ணம். அவள் மாற்றான் மனைவி. அவளிடம் சென்று என் துயரங்களைக் கூறுவதெல்லாம் சாத்தியமா. போதையின் விசித்திர எண்ணங்களில் ஒன்று.

பாதர் ராஜாவைப் பற்றி அவர் நல்லவிதமாகச் சொல்லிக் கொண்டிருந்தார். எனக்கு அவரிடம் துயரங்களைச் சொல்ல வேண்டும் என்று தோன்றவில்லை. ஏதோ சில சந்தர்ப்பங்களில் அவர் உதவுவார் என்ற எண்ணம் ஏற்பட்டது.

போதைக்கும் காமத்திற்கும் உண்டான தொடர்பு எனக்குப் புதிராக இருந்தது. காமம் என்னை அலைக்கழித்தது. ஜான்சன் சினிமா நடிகைகளைப் பற்றிப் பேசிக்கொண்டிருந்தார். ஒரு கட்டத்தில் நான் அவரிடமிருந்து விடைபெற்றுக்கொண்டேன். அவர் பெரும் பணக்காரர். வெளிநாட்டுச் சரக்குகளை

வாங்குவதும் நண்பர்களுடன் மது அருந்துவதும் அவருக்குப் பெரிய விஷயமில்லை. மீண்டும் என்னை அழைப்பதாகக் கூறினார்.

இரவாகிவிட்டது. நான் காமத்துடன் வீட்டுக்குச் சென்றேன். சுகந்தி குழந்தையுடன் படுத்திருந்தாள். நான் அவளை அழைத்தேன். அவள் குழந்தையைக் காண்பித்து மறுத்தாள். குழந்தை எப்போதும் இங்கேதானே இருப்பான். அதற்காக உறவை விட்டுவிட முடியுமா. அட்ஜஸ்ட் செய்துகொள்ள வேண்டியதுதான். நான் வற்புறுத்தினேன். குழந்தை தூங்கிக் கொண்டிருந்தான். நான் அவளைக் கையைப் பிடித்து இழுத்துப் பக்கத்து அறைக்குக் கூட்டிவந்தேன். அவள் என்னிடமிருந்து விடுபட முயன்றுகொண்டிருந்தாள். நான் மூர்க்கமானேன். அவள் கன்னத்தில் அறைந்தேன். பயந்துபோனாள். என் சொல்படி கேட்டாள். நான் மது அருந்தி வந்திருப்பதை அறிந்து ஒரு கையால் தன் மூக்கைப் பொத்திக்கொண்டாள். நான் கையை எடுத்துவிட்டேன். எல்லாம் முடிந்ததும், "நான் இனிமேல் இங்கு இருக்க மாட்டேன்" என்று அறையை விட்டுச் செல்லும்போது சொன்னாள். நான் மூர்க்கமாக நடந்துகொண்டது அறிவீன மானது என்று உணர்ந்தேன்.

•••

விட்டுவிடு

அடுத்த நாள் காலையில் எழுந்தேன். சுகந்தியையும் குழந்தையையும் காணோம். வேலைக்காரியிடம் கேட்டேன். காலையிலேயே ஒரு பெரிய பெட்டியுடன் குழந்தையையும் தூக்கிக் கொண்டு மாமா வீட்டிற்குச் சென்றுவிட்டாள் என்றாள். நான் அங்கு செல்வது உசிதமல்ல என்பதால் அவளே வரட்டும் என்று நினைத்தேன்.

அவள் குழந்தையுடன் வேறு வீட்டில் தங்கி யிருக்க வேண்டாம். இங்கு அவள் குழந்தையுடன் இருப்பதே நல்லது. சில நாட்கள் கழித்து அவள் குழந்தையுடன் வந்தாள். வந்த சற்றுநேரத்தில் நான் பேச்சை ஆரம்பித்த உடனே சண்டை வந்து விட்டது. "இந்த வீடு வாடகை வீடு. இரண்டு பேரும் சேர்ந்து வாழ முடியாது. நீங்கள் வசதியுள்ளவர். இந்த வீட்டை விட்டுச் சென்றுவிடுங்கள். அதுதான் இருவருக்கும் நல்லது. நான் யாரிடமும் அடி வாங்கியதில்லை" என்றாள். நான் மேற்கொண்டு எதிர்த்துப் பேசவில்லை. அன்றே வீட்டை விட்டு நீங்கினேன். ஓட்டலில் தங்கினேன். வீடு பார்த்தேன். அந்த வீட்டில் தனியாகக் குடியிருந்தேன். மூர்த்தி உதவியாக இருந்தான்.

அவளுக்கு விடுமுறை நாளில் நான் உதவியாளர் மூர்த்தியுடன் வந்து என் பொருட் களை எடுத்துக்கொண்டு சென்றுவிட்டேன். என் வாழ்வில் குழப்பங்கள் கூடிக்கொண்டே போவதை உணர்ந்தேன். எனக்குச் சுதந்திரமும் இல்லை.

நிம்மதியும் இல்லை. வாழ்க்கையில் அலுப்பு கூடிக்கொண்டே வருகிறது. கூடவே விரக்தியும்.

நில வியாபாரத்தில் என்னால் முழுமையாக ஈடுபட முடியவில்லை. மூர்த்தி எல்லாவற்றையும் நேர்மையாகக் கவனித்துக் கொண்டான். கணக்குகளிலும் சரியானவனாக இருந்தான். அவனுக்குச் சம்பளம் தவிர அவ்வப்போது ஊக்கத்தொகை என்ற பெயரில் பணம் கொடுத்துக் கொண்டிருந்தேன்.

விடுமுறை நாள். எனக்கு சைமனைப் பார்க்க வேண்டும் என்று தோன்றியது. தகவல் சொன்னால் வர வேண்டாம் என்று சொல்லிவிடக்கூடும் என்பதால் தகவல் சொல்லாமல் சென்றேன். வீடு திறந்திருந்தது. வாசலில் நின்றேன். சைமன் சோபாவில் பொம்மைகளை வைத்து விளையாடிக்கொண் டிருப்பதைப் பார்த்தேன். ஓர் ஆண் நின்றுகொண்டிருப்பதின் பின்தோற்றமும், அவனை முன்புறத்தில் இருந்த சுகந்தி கட்டிக்கொண்டிருப்பதையும் அவளின் முகம் அவன் தோளில் இருப்பதையும் பார்த்தேன். அவள் வாசலை நோக்கினால் நான் தெரிவேன். இருவரும் அணைத்தபடி இன்னொரு சோபாவில் நெருக்கமாக அமர்ந்தார்கள். ஒரு கணத்தில் அவர்கள் பிரிந்தார்கள். அந்தக் கணத்தில் நான் வெளியேறினேன். நடந்தேன். நடந்துகொண்டே இருந்தேன். சந்துகள், உட்சந்துகள், பெரிய சாலைகள், சிறிய சாலைகள் என்று என் இஷ்டப்படி நுழைந்து நடந்தேன். வியர்வையில் ஆடைகள் நனைந்துவிட்டன. அவன் யார் என்று யோசித்தேன். பின்புறம் மட்டும் பார்த்தேன். பள்ளியில் கூட வேலை பார்க்கும் ஆல்பர்ட் என்று யூகித்தேன். பைத்தியக்காரனைப் போல அடுத்த நாள் பள்ளியருகே ஒளிந்திருந்து ஆல்பர்ட்டின் தோற்றத்தைப் பார்த்தேன். அவனை ஒருமுறை சுகந்தியின் பள்ளிக்குச் சென்றபோது பார்த்ததுதான். இப்போதுதான் நன்றாகப் பார்த்தேன். அவன் சைக்கிளில் பள்ளி அருகே வந்து இறங்கியபோது, என் பக்கத்தில் சென்ற ஒரு பள்ளிச் சிறுவனிடம், "இவர் ஆல்பர்ட் வாத்தியாரா" என்று கேட்டேன். "ஆமாம் சார். இங்கிலீஷ் வாத்தியார்" என்றான்.

நான் பைத்திய நிலையில் இருந்தேன். என்னைச் சுற்றி இருப்பவர்கள் ஏதோ ஒரு வகையில் எனக்குப் பாதகம் செய்கிறார்கள். அவரவர் நலன் அவர்களுக்கு. மூர்த்தி எப்போது எனக்குத் துரோகம் செய்யப்போகிறானோ. எல்லாம் குழப்பமாகிவிட்டது. என் மன உறுதி, சாமர்த்தியம் எல்லாம் குலைந்துவிட்டது. இப்போது இருக்கும் நான் பழைய நான் இல்லை. பழைய நான் மகிழ்ச்சியானவன்.

எதிலும் விருப்பம் இல்லாதவனாக ஆகிவிட்டேன். மது நிவாரணமாக இருக்கும் என்று எண்ணி ஜான்சனுடன் சேர்ந்து மது அருந்தினேன். அவர் பாதர் ராஜாவைப் பார்க்கச் சொல்லிக்கொண்டிருந்தார். எனக்கு அதில் விருப்பமில்லை. அவர் என்னை கிறிஸ்தவ ஆன்மிகத்தில் பிணைக்கப் பார்ப்பார். அதில் எனக்கு ஈடுபாடு கிடையாது.

எனக்கு போதை அதிகமாகிவிட்டது. காரில் ஏறி உட்கார்ந்தேன். காரை ஓட்ட முடியாது என்று உணர்ந்தேன். கார் கதவைத் திறந்து இறங்கினேன். வாந்தி எடுத்தேன். அப்படியே பிளாட்பாரத்தில் விழுந்துவிட்டேன். சற்றுநேரம் கழித்துக் கண் விழித்தேன். வாந்தியில் ஈக்கள் உட்கார்ந்திருந்தன. என்மீதும் இருந்தன. நான் தண்ணீரினால் முகத்தைக் கழுவினேன். தெளிவு கிடைத்தது. காரில் ஏறி அமர்ந்தேன். வீட்டுக்குச் சென்று படுத்தேன். தூங்கினேன். காலையில் எழுந்தேன். குளித்துவிட்டு காரை எடுத்துக்கொண்டு நினைத்த பாதைகளில் சென்றேன். ஊருக்கு வெளியே வந்துவிட்டேன். சிறிய கடையில் இட்டிலி சாப்பிட்டேன். டீ குடித்தேன். மீண்டும் நினைத்த பாதைகளில் சென்றேன்.

ஒரு தர்கா தெரிந்தது. தர்காவிற்குள் செல்ல மக்கள் வரிசையில் நின்றிருந்தார்கள். சிலர் குழந்தைகளுடன் வந்திருந்தார்கள். நான் அந்த வரிசையில் நின்றேன். வரிசை நகர்ந்தது. என் பார்வையில் பச்சைத் தலைப்பாகை கட்டிய பெரியவர் தெரிந்தார். ஒரு கையில் மயிலிறகுகளின் கொத்து இருந்தது. அவரிடம் வருபவர்கள், தங்கள் குறையைக் கூறுகிறார்கள். அவர் மயிலிறகுகளால் அவர்கள் முகத்தையும் உடலையும் தொடுகிறார். பக்கத்தில் இருந்த தண்ணீரைக் கைகளினால் அள்ளி முகத்தில் அடிக்கிறார். ஏதோ சொல்கிறார்.

என் முறை வந்தது. நான் அருகே சென்றேன். அவர் என்னைக் கனிவாகப் பார்த்தார். "மகனே உனக்கு என்ன பிரச்சினை" என்றார். "எனக்கு வாழ்க்கை வெறுத்துவிட்டது. எல்லாம் முடிந்துவிட்டது" என்றேன்.

அவர் "விட்டுவிடு" என்று கூறி மயிலிறகால் என் முகத்தில் வருடி, அள்ளிய தண்ணீரை என் முகத்தில் அடித்தார். எனக்கு விவரிக்க முடியாத உணர்வு ஏற்பட்டது. வெளியே வந்து ஒரு மர நிழலில் அமர்ந்தேன். பின்னர் படுத்தேன். வானம் தெரிந்தது. "விட்டுவிடு" என்ற வார்த்தைகள் ஒலித்தன. நான் எல்லாவற்றையும் விட்டுவிட்டு நாடோடியாய் அலைய விரும்பினேன். 'எல்லாம் முடிந்துவிட்டது' என்று அன்றே கவுசல்யா சொன்னாள்.

●●●

எடின்பரோவின் குறிப்புகள்

மூர்த்தி

மூர்த்தியை வீட்டிற்கு வரச்சொன்னேன். ஒரு தோளில் போட்டுக்கொள்ளும் பேக்கில் ஆடைகள் மற்றும் தேவையான பொருட்களை வைத்துக்கொண்டேன். மூர்த்தி வந்தான். என் முகம் சோர்ந்திருந்ததையும் குழப்பமுற்றிருந்ததையும் விரக்தி அடைந்திருந்ததையும் நான் உணர்ந்தேன். முக பாவனைகளை மாற்றிக்கொள்ள இயலவில்லை. மூர்த்தி, "உடல்நிலை சரியில்லையா" என்று கேட்டான். "மனநிலைதான் சரியில்லை" என்று சொன்னேன். மௌனம் நிலவியது.

"மூர்த்தி, எனக்கு வாழ்க்கையில் பிடிப்பு இல்லாமல் ஆகிவிட்டது. நான் எல்லாவற்றையும் விட்டுவிட்டுச் செல்லும் நேரம் வந்துவிட்டது. எங்கு செல்வேன்; என்ன செய்வேன்; என்றெல்லாம் திட்டம் ஏதுமில்லை. கேட்பாரற்று இறந்தும் போகலாம். ஆனால், உனக்கும் என் சொத்துகளுக்கும் நான் சில செட்டில்மெண்ட் செய்ய நினைத்துள்ளேன். நீ இதுவரை எனக்கு நேர்மையாக இருந்திருக்கிறாய். எப்போது மாறுவாய் என்று எனக்குத் தெரியாது. மாறாமலும் இருக்கலாம். யாருடைய இயல்பையும் என்னால் கணிக்க முடியவில்லை."

"நான் எப்போதும் உங்களுக்கு நேர்மையாக இருப்பேன்" என்றான் மூர்த்தி.

நான் தொடர்ந்து பேசினேன். "மனித இயல்புகள் கணிப்பிற்கு அப்பாற்பட்டவை. என் பேங்கிலிருக்கும் பணத்தை நான் எடுத்து கணக்கை

முடிக்க இருக்கிறேன். என் பெயரில் உள்ள நிலங்களுக்கு பவர் ஏஜெண்டாக பதிவு செய்து உன்னை நியமிக்கிறேன். நான் எங்கு சென்றாலும் பணம் தேவைப்படும். வங்கியிலிருக்கும் தொகை கணிசமானது. அதை எடுத்துக்கொண்டு நான் அலைய முடியாது. நான் அதில் ஒரு தொகையை எடுத்துக்கொண்டு பாக்கிப் பணத்தை உன்னிடம் கொடுத்துவிடுகிறேன். பவர் ஏஜெண்டு என்ற முறையில் விற்று வரும் பணத்தில் நீ வியாபாரத்தைப் பெருக்கலாம். உனக்குத் தேவையான பணத்தை எடுத்துக் கொள்ளலாம். நான் நாட்டில் எந்தப் பகுதியில் இருந்தாலும் பணம் கேட்டுக் கடிதம் எழுதினால், கடிதத்தில் குறிப்பிட்ட முகவரிக்கு பணத்தை உடனே அனுப்ப வேண்டும். நான் என் ஜீவனத்திற்கான பணம் மட்டுமே கேட்பேன். நாடோடி வாழ்க்கை பழகிவிட்டால் சிறிய வேலைகள் செய்துகூட நான் பணம் தேடிக்கொள்ளலாம். உன்னிடம் கேட்டால் நீ அனுப்பிவை. நம்பிக்கைதான். நான் இங்கு வரப்போவதில்லை. உன்னைக் கண்காணிக்கவும் நான் விரும்பவில்லை. நீ நேர்மையானவன் என்பதை அனுபவத்தில் அறிந்துள்ளேன். சில நாட்களில் நான் நாடோடி ஆகிவிடுவேன். நீ எனக்கு உதவி செய்ய வேண்டும்."

மூர்த்தி அழுதுகொண்டே என் காலில் விழுந்துவிட்டான். "உங்கள் முடிவை மாற்றிக்கொள்ளுங்கள். வியாபாரம் நன்றாகப் போய்க்கொண்டிருக்கிறது. நீங்கள் ஓய்வெடுங்கள். உங்கள் பணத்தை நான் அபிவிருத்தி செய்கிறேன். உங்களுக்கு ஒரு குறையும் வராமல் பார்த்துக்கொள்கிறேன்."

"இல்லை. நான் என் முடிவை மாற்றிக்கொள்ள மாட்டேன்" என்று சொல்லி என் காலில் விழுந்திருந்தவனைத் தூக்கி நாற்காலியில் அமர வைத்தேன்.

நான் சொன்னபடியே என் பெயரில் உள்ள சொத்துகளுக்கு பவர் ஏஜெண்டாக பத்திரப் பதிவு அலுவலகத்தில் பத்திரம் பதிவுசெய்தேன். பேங்கில் உள்ள பணத்தை எடுத்து அதில் ஒரு பகுதியை எடுத்துக்கொண்டு மீதப் பகுதியை மூர்த்தியிடம் கொடுத்தேன். "என்னிடமிருந்து தகவல் நீண்ட காலத்திற்கு வரவில்லையென்றால் நான் இறந்துவிட்டதாக நினைத்துக்கொள்" என்றேன். அவன் கண்கள் கலங்கின.

அடுத்த நாள் நான் அந்த ஊரைவிட்டு நீங்கினேன்.

•••

லதா

நான் மலையாள தேசத்தின் கள்ளுக்கடையில் இருந்தேன். கள் குடிசைத் தொழிலாக இருந்தது. முண்டு அணிந்த பெண்கள் கள்ளுக்கடையில் இருந்தார்கள். பெண்கள் முண்டு அணிந்து சர்வ சாதாரணமாக அன்றாடக் காரியங்களில் ஈடுபடுவது எனக்கு ஆச்சரியமாகவும், கவனத்தை ஈர்ப்பதாவும் இருந்தது.

லதா என்று அழைக்கப்பட்ட ஒருத்தி பொரித்த மீனைக் கொண்டுவந்து வைத்தாள். எனக்குக் கள் குடிப்பதும் மலையாள உணவைத் தொட்டுக்கொள்வதும் புதுமையாகவும் ருசிகரமாகவும் இருந்தது. இவற்றைக் காட்டிலும் லதா ருசிகரமாக இருந்தாள். நான் அந்த ஊரில் மூன்று நாட்கள் தங்கியிருந்தேன். என்னைப் பற்றி லதா விசாரித்தபோது நான் யாத்ரீகன் என்றும் இந்தியாவின் பல இடங்களுக்குச் செல்வது என் திட்டம் என்றும் கூறினேன். இந்தப் பகுதியில் இருக்கும் பெண்கள் பெரும்பாலும் கருமையான நெளி கூந்தலுடன் இருந்தார்கள். திடமாகவும் இருந்தார்கள்.

நான் தினமும் பகலிலும் இரவிலும் அந்தக் கள்ளுக்கடைக்கு வந்தேன். கள் குடிப்பதற்கும் லதாவைப் பார்ப்பதற்காகவும். அவர்கள் பேசும் மொழியின் ஓசை எனக்குப் பிடித்திருந்தது. தேவையான சில மலையாளச் சொற்களை நான் இதற்குள் அறிந்திருந்தேன்.

ஒருநாள் இரவில் கள் குடித்துக்கொண்டிருந்தபோது வந்த வசதியான ஒருவர் அவர்களின் வீட்டில் தங்க ஏற்பாடு நடந்துகொண்டிருப்பதை அறிந்தேன். மனதில் அதன் சூட்சுமத்தை உணர்ந்தேன். அடுத்த நாள் அந்த சூட்சுமத்தை நோக்கி என் நாடகங்களை உருவாக்கினேன். அங்கு பணியில் இருந்த ஒருவரிடம் என் ஆசையைச் சொல்லிக் கொஞ்சம் பணம் தந்தேன். சற்று நேரங்கழித்து லதாவின் தாயார் வந்தார். நாளை காலை நான் ஊரை விட்டுச் செல்ல இருப்பதாவும் ஆசீர்வாதம் செய்யுமாறும் அவரிடம் கூறினேன். நான் என் முதுகை வளைத்து வாய் பொத்தி நின்றேன். அவர் விபூதித் தட்டை எடுத்துவரச் செய்து என் நெற்றியில் திருநீறு வைத்தார். நான் பணம் கொடுத்த ஆள் அவரின் அருகே வந்து காதில் ஏதோ கூறினார்.

பிறகு அந்த நபர் என்னிடம் வந்து அதற்கு ஆகும் பணம் பற்றிக் கூறினார். நான் என் மோதிரத்தைக் கழற்றி அந்த நபரிடம் கொடுத்தேன். இதைப் பணத்திற்குப் பதிலாக வைத்துக்கொள்ளலாம், எனக்கு வேண்டியதில்லை என்றேன். அந்த நபர் உள்ளே சென்று திரும்பி வந்தார். கூட லதாவின் தாயாரும் வந்தார்.

மோதிரத்தை என்னிடம் திருப்பிக் கொடுத்தார். "மோதிரத்தைப் பணத்திற்குப் பதிலாக யாத்ரீகர்களிடம் பெற்றுக்கொள்வது தர்மமல்ல" என்றார். எனக்கும் அவர் சொல்வது சரி என்று தோன்றியது. நான் வெளியே சென்று விற்றுப் பணம் கொண்டுவருவதாகக் கூறியபோது, அந்தத் தாயார் கருணை கொண்டவளாக மாறி, "பணமே வேண்டாம். நீங்கள் தங்கலாம்" என்றார். "அது தர்மமல்ல" என்று நான் கூறினேன். "உங்கள் விருப்பத்தைப் பொறுத்தது" என்றார்.

நான் தர்மத்தின் பேரால் குழம்பிக்கொண்டிருப்பதை உணர்ந்தேன். தர்மம் பெரியதா லதா பெரியவளா என்று யோசிக்கையில் லதாவே பெரியவளாகத் தோன்றினாள். அன்று இரவு நான் அங்கு தங்கினேன். நல்ல உபசரிப்பு. நல்ல உணவு. லதாவும் எனக்குக் கிடைத்தாள்.

லதா என் காலில் விழுந்து நமஸ்கரித்தாள். இது அவர்களின் வழக்கம் என்று தோன்றியது.

"நீங்கள் ஏன் யாத்ரீகராகச் செல்ல வேண்டும் என்று நினைத்தீர்கள்."

"அதற்கான காரணத்தைத் தெளிவாகக் கூற என்னால் இயலாது. என் வாழ்வின் நெருக்கடிகள். சுதந்திரமானவனான நான் தளைகளில் சிக்கிக்கொள்ள விரும்பவில்லை" என்றேன்.

"உங்களுக்கு மனைவி, குழந்தைகள் இருக்கிறார்களா."

"ஒரு மனைவியிடமிருந்து விடுதலை பெற்றுவிட்டேன். பிறகு இன்னொரு திருமணம் செய்துகொண்டேன். ஒரு குழந்தை பிறந்தது. எனக்கு அந்த வாழ்க்கையில் இருக்க முடியவில்லை. பலவகையான மன நெருக்கடிகள். இப்போது நாடோடியாய் அலைகிறேன்."

"நீங்கள் எங்கள் தேசத்திலேயே தங்கிவிடலாமே. இங்கேயே ஏதாவது வேலை செய்யலாமே."

"நான் எல்லாவற்றையும் விட்டுவிடத் தீர்மானித்திருக்கிறேன். மனம் போன போக்கு. என் பயணத்தை இத்துடன் முடித்துக் கொள்ள விரும்பவில்லை. இந்த தேசத்தில் இருந்தால் நான் உன்னைத் தேடி வருவேன். மீண்டும் ஏதாவது பிணைப்பு ஏற்பட்டுவிடும். நான் பிணைப்புகள் அற்றவனாக இருக்க விரும்புகிறேன். 'விட்டுவிடு' என்ற சொல் எனக்குள் ஒலித்துக் கொண்டே இருக்கிறது."

நான் அவளை நெருங்கினேன். அவள் ரவிக்கையைக் கழற்ற மறுத்தாள்.

"நான் என் மார்பகங்களை மட்டும் காண்பிப்பதில்லை. நீங்கள் எனக்கு வலிக்காமல் தொடலாம்."

"இது என்ன பழக்கம். பார்த்தால்தானே உணர்வு கூடும்."

"கூடக் கூடாது. என் தாயார் எனக்கு இட்ட கட்டளை இது. உடன்படாவிட்டால் செல்லலாம்."

என் வாழ்க்கையில் நான் கற்பனைகூட செய்திராத நிபந்தனை இது. லதாவுடன் கூடுவதை நான் விரும்பினேன். அவளின் நிபந்தனை என்னுள் மந்திரம் போல வேலை செய்தது. விவரிக்க இயலவில்லை. அவளை யாரும் முழுமையாக அடையக் கூடாது என்பதற்காக அவள் செய்த மந்திர ஏற்பாடு. மரியாதைக்குரிய ஒருத்தியுடன் கூடுகிறேன் என்ற உணர்வு ஏற்பட்டது.

அவளையும் அந்த ஊரையும் விட்டு நீங்கி ரயிலில் பயணம் செய்துகொண்டிருந்தபோது, ஏதோ ஒரு நிலையில் அவள் சொன்னது என் நினைவில் நின்றது.

"பெண்களை அடைய நினைக்காதீர்கள். பெண்கள் பேரண்டம். பெண் நினைப்பை விட்டால்தான் எல்லாவற்றையும் நீங்கள் விட்டுவிட்டதாக அர்த்தம்."

ஆம். நான் எல்லாவற்றையும் விட்டுவிட்டதாக நினைப்பது பாவனை. நான் சுற்றுலாப் பயணி அல்ல. யாத்ரீகன். விட்டுவிட வேண்டும் என்ற இலக்கை நோக்கிச் செல்லும் யாத்ரீகன். லதா தன்னை முழுமையாகக் காட்டாத வரைக்கும் ஆண்களை ஜெயித்துக்கொண்டே இருப்பாள். அவள் எனக்கு ஆசிரியை.

•••

காளி கோயில்

பற்பல ஆண்டுகள் கழிந்தன. எங்கெங்கோ சென்றேன். எப்படி எப்படியோ இருந்தேன். குமரியிலிருந்து இமாச்சலம் வரைக்கும் குஜராத்திலிருந்து வங்காளம் வரைக்கும் குறுக்கும் நெடுக்குமாக இருந்த ஊர்களில் அலைந்தேன். சில இடங்களில் கிடைத்த சிறு வேலைகளைச் செய்தேன். சத்திரங்களில், பிளாட்பாரங்களில் தங்கினேன். ரயில்வே ஸ்டேஷன்போலத் தங்குவதற்கு வசதியான, பாதுகாப்பான இடம் வேறு ஏதுமில்லை. ஏதாவது ஒரு ஊருக்குச் சென்றால் ரயில்வே ஸ்டேஷன் இருக்கும் இடத்தை அறிந்துகொள்வேன். என்னுடன் இருக்கும் நோட்டுப் புத்தகத்தை நான் கவனமாகப் பராமரித்தேன். காளி கோயிலுக்கு வந்துசேரும்வரை ஏதும் எழுதவில்லை. பிறகு இப்போதுதான் எழுதுகிறேன்.

இந்தியாவின் எல்லா மாநிலங்களிலும் பஸ் நிலையங்கள் மோசமாக இருந்தன. பிச்சைக்காரர்களும் வாடிக்கையாளர்களைத் தேடும் வேசிகளும் பல இடங்களிலும் கணிசமாக இருந்தார்கள். நீர் எடுக்கும் குளம் தவிரப் பிற குளங்களைச் சுற்றியுள்ள பகுதிகள் மலக்கழிவுகளால் நிறைந்திருந்தன. அவை வெயிலில் காய்ந்து கிடக்கும். கடற்கரையிலும் இதே நிலைதான். கால் கழுவுவதற்கு ஒரு புறமும், குளிப்பதற்கு ஒரு புறமும் மக்கள் பயன்படுத்துவார்கள். கால் கழுவிவிட்டு இன்னொரு புறம் வந்து குளிப்பார்கள்.

இந்தியா முழுக்கப் பலவிதமான பெரிய, சிறிய, வினோதமான கோயில்கள், தர்காக்கள், மசூதிகள், தேவாலயங்கள் இருந்தன. மக்கள் கூட்டம் வழிபடச் சென்றுகொண்டிருந்தது. பிச்சை எடுக்கும் சிறுவர்களைக் கண்டால் மனம் அழும். ஒரு பீச்சில் வயிற்றுப் பிழைப்புக்காக நிலக்கடலைகளைப் பொட்டலம் கட்டித் தட்டில் வைத்து விற்ற ஒரு சிறுவனை விடலைப் பையன்கள் கேலி செய்து தட்டைத் தட்டிவிட்டதைப் பார்த்தேன். தட்டில் உள்ள கடலைகள் கடற்கரை மண்ணில் விழுந்தன. விடலைப் பையன்கள் சிரித்தபடி சென்றார்கள். சிறுவன் கடற்கரை மண்ணில் கொட்டியிருந்த நிலக்கடலைகளைப் பொறுக்க முடியாமல் அழுதான். இரக்கமற்ற காட்சிகளை நிறையப் பார்த்தேன். குறிப்பாக வேசிகள் துன்புறுத்தப்படுவதைப் பார்த்தேன். சிறுவர்கள் வேலை பார்ப்பதைப் பார்த்தேன். சிறுவர்கள் திருடுவதைப் பார்த்தேன். கங்கையில் பிணங்கள் மிதப்பதைப் பார்த்தேன். பாதி வெந்த பிணங்களின் தசைகளைத் தின்னும் அகோரிகளைப் பார்த்தேன். கங்கைக்கரையில் எரியும் பிணங்களைப் பார்த்தேன். பெரிய தெய்வங்களைப் பார்த்தேன். அவற்றுக்குப் பாலும் தேனுமாக அபிஷேகம் செய்வதைப் பார்த்தேன். சினிமாக் கொட்டகைகளில் கூட்டம் குவிவதைப் பார்த்தேன். பசி தீர்க்க மனிதர்கள் அலைவதைப் பார்த்தேன். நாட்டில் நடக்கும் பல சீரழிவுகளைக் கண்டேன். இதுதான் உலகமடா என்று நினைத்துக்கொண்டேன்.

நான் பணம் கேட்டுக் கடிதம் எழுதினால், அதில் குறிப்பிட்டிருந்த முகவரிக்கு மூர்த்தி தந்தி மணியார்டர் மூலம் பணம் அனுப்பினான். கடிதத்தில் வேறு எதுவும் நான் எழுதுவதில்லை. எப்படியோ இந்த அழகான ஊரில் இருக்கும் காளி கோயிலுக்கு வந்தேன். இந்தக் கோயிலுக்குக் கதவுகள் கிடையாது. அந்த வளாகத்தில் எல்லா நேரங்களிலும் யாராவது படுத்திருப்பார்கள். பொங்கல் வைத்து எல்லோருக்கும் கொடுப்பார்கள். சில கெட்ட நாட்கள் தவிர பிற நாட்களில் யாராவது பொங்கல் வைத்துக்கொண்டே இருந்தார்கள். இந்த ஊரிலும் சுற்றுப்புற ஊர்களிலும் அந்தப் பழக்கம் இருந்தது. சமயங்களில் கிடா வெட்டிச் சோறு போடுவார்கள். பல காலமாக மூர்த்திக்குக் கடிதம் எழுதுவதில்லை. நான் இறந்துவிட்டேன் என்று நினைத்திருப்பான். கோயிலில் எனக்கு ஒருவர் பழக்கமாகி நண்பரானார். அதிகம் பேச மாட்டார். கோயில் வளாகத்திலேயே பெரும்பாலான நேரம் இருந்தாலும் பக்திமான் போல இருக்க மாட்டார். அவர் பழங்களும் பாலும் மட்டுமே சாப்பிடுவார். வருபவர்கள் அவருக்கு வாங்கிக் கொடுப்பார்கள். ஒருதடவை அசைவம் சாப்பிட்டதில் எனக்கு வயிறு சரியில்லாமல்

எடின்பரோவின் குறிப்புகள்

ஆகிவிட்டது. அதிலிருந்தோ அல்லது வேறு ஏதோ பிரச்சினை யினாலோ ஜீரணப் பிரச்சினை ஏற்பட்டுவிட்டது. வயிற்று வலியும் அவ்வப்போது வந்துகொண்டிருக்கிறது. என் நண்பரைப்போல நானும் பழங்கள் மட்டுமே சாப்பிட ஆரம்பித்தேன். கோயிலுக்கு வருகிறவர்கள் எனக்கும் நண்பருக்கும் படையல்போலப் பழங்களைப் படைத்தார்கள். சில நாட்களில் அதிக அளவில் பழங்கள் வந்துவிடுவதுண்டு.

நானும் நண்பரும் பக்கத்திலிருந்த மலைக்கு நடந்து செல்வோம். அந்த மலைப்பகுதி எங்களுக்குப் பிடித்திருந்தது. அங்கு ஒரு குடில் அமைக்கலாம் என்று நினைத்தேன். நண்பரும் ஆமோதித்தார். உள்ளூர் மனிதர்களைக் கொண்டு அங்கு சிறு குடில் அமைத்தோம். இரண்டு பேர் தங்கலாம். எனக்கு வயிற்று வலி அடிக்கடி வந்துகொண்டிருந்தது. ஏதோ பிரச்சினையாக இருக்கும் என்று கற்பனை செய்தேன்.

சுகந்தி தனியார் பள்ளியில் பணி செய்வதால் அவளுக்கு மாறுதல் இருக்காது. அந்தப் பள்ளியின் முகவரியை நண்பரிடம் கொடுத்தேன். நான் இறந்து ஓர் ஆண்டு முடிந்த பின் சுகந்திக்கு நான் இறந்துவிட்ட தகவலைத் தெரிவிக்குமாறு சொன்னேன். இங்கேயே புதைத்துவிட வேண்டும் என்றும் நினைவுச் சின்னம் கூடாது என்றும் சொன்னேன். நினைவுச் சின்னம் வைத்தால் அரசாங்கத்தின் தலையீடு ஏற்படலாம். குடில் பிரச்சினையாக இல்லை. நினைத்தால் சிறிது நேரத்திலேயே அகற்றிவிட முடியும். என்னிடம் இருக்கும் பெட்டியில் நான் இப்போது எழுதிக்கொண்டிருக்கும் இந்த நோட்டுப் புத்தகம் உள்ளது. சுகந்தியோ சைமனோ வந்தால் இந்தப் பெட்டியை ஒப்படைத்துவிடும்படி நண்பரிடம் சொல்லியிருக்கிறேன். குறிப்பிட்ட காலம்வரை வரவில்லையென்றால் பெட்டியைப் புதைத்துவிட வேண்டும் என்று சொல்லியிருக்கிறேன்.

எல்லாம் முடிந்துவிட்டது.

ஒப்பம் *XXXX*
(ஆன்டனி எடின்பரோ)

•••

மீண்டும் சைமன், மோகினி

ஆன்டனி எடின்பரோவின் நோட்டுப் புத்தகக் குறிப்புகளை முதலில் மோகினி படித்தாள். பிறகு சைமன் படித்தான். மோகினி, "உன் அம்மாவைப் பற்றி அவர் எழுதியிருக்கும் குறிப்புகளை அம்மா படித்தால் அவர் மனது கஷ்டப்படுமே" என்றாள்.

"ஆம். இந்தக் குறிப்புகளை நானே வைத்துக்கொள்ளப்போகிறேன். என் அம்மாவிடம் இந்தக் குறிப்புகளைப்பற்றிச் சொல்லப்போவதில்லை. பல ஆண்டுகள் சுற்றித் திரிந்ததில் ஏற்பட்ட அனுபவத்தையும் அவர் எழுதியிருந்தால் சிறப்பாக இருந்திருக்கும். அவருக்கு எழுதுவதற்கு ஏற்ற சூழ்நிலையோ, மனநிலையோ இருந்திருக்காது என்று நினைக்கிறேன். காளி கோயிலுக்கு வந்து பல ஆண்டுகள் இருந்தபோதும் ஒற்றைக் குறிப்புதானே எழுதியுள்ளார்."

"அவர் வீட்டை விட்டு வெளியேறிய பின், முக்கியச் சம்பவங்களைத் தொகுத்து அவ்வப் போது எழுதியிருந்தால் இந்தப் பெட்டி நிறைய நோட்டுப் புத்தகங்கள் இருந்திருக்கும். ஊர் ஊராக அலைகிறவர் அதையும் சுமந்து திரிவது சாத்தியமானதா. இறுதிக் காலத்தில் எழுதலாம் என்று நினைத்துப் பின்னர் எழுதத் தோன்றாமல் அந்த எண்ணத்தைக் கைவிட்டிருக்கலாம்."

"உனக்கு அவரைப் பற்றி என்ன தோன்றுகிறது" என்றான் சைமன்.

"அறிவாளி. திருமண வாழ்க்கை அவருக்குப் பொருத்தமில்லாதது. அதன் கசப்பைச் சகித்துக்கொள்ள அவரால் முடியவில்லை. வாழ்க்கையைத் துறந்து சென்றார்."

"அவருக்கு ஏற்ற மனைவி அமையவில்லை என்றே நான் நினைக்கிறேன். அவர் விரும்பியது சுயநலமற்ற அறிவான பெண். என் அம்மா உட்பட இரண்டு மனைவிகளுமே அவ்வாறு அமையவில்லை. அது அவரின் துரதிருஷ்டம்" என்று ஜன்னல் வழியே சைமன் வெளியே பார்த்தான்.

"உன் அம்மாவிடம் என்ன சொல்வாய்."

"என் அம்மாவிடம் அப்பா புதைக்கப்பட்ட இடத்தைப் பார்த்தேன், பிரார்த்தனை செய்தேன், ஒரு பெட்டியில் அவருடைய ஆடைகள் இருந்தன என்று சொல்லி அவருடைய ஆடைகளைக் காண்பிப்பேன். ஓரங்கள் செல்லரித்த காந்திஜியின் புகைப்படத்தையும் காண்பிப்பேன். இந்த நோட்டுப் புத்தகத்தை நான் பத்திரமாகத் தனியே வைத்துக்கொள்வேன்."

சைமன் நோட்டுப் புத்தகத்தை எடுத்து பத்திரமாகத் தன்னுடைய பெட்டியில் வைத்துக்கொண்டான்.

•••

ரோஜா மலர்

பகுதி 1

1

காலிங் பெல் அடிக்கும் சத்தம் கேட்டு ரஞ்சனி படுக்கையிலிருந்து எழுந்து வந்து கதவைத் திறந்தாள். பிரசாத் உள்ளே நுழைந்தான். ஆடைகள் மாற்றிக்கொண்டு பாத்ரூமிற்குள் குளிப்பதற்காக நுழைந்தான். “தோசை மாவு இருக்கு. தோசை போடவா” என்று ரஞ்சனி கேட்டாள். “வேண்டாம். சாப்பிட்டு வந்துட்டேன்” என்று குரல் கொடுத்தான் பிரசாத். அவள் டிரஸ்ஸிங் டேபிள் ஸ்டூலில் உட்கார்ந்திருந்தாள். தலைமுடி கலைந்திருந்தது. சோர்வாக இருந்தாள். டிரஸ்ஸிங் டேபிள் கண்ணாடியில் முகத்தைப் பார்த்தாள். சீப்பை எடுத்துத் தலையைச் சீவி ஒழுங்கு செய்தாள். பவுடர் போட்டால் தன்னைக் கவர்வதற்காகப் போட்டிருக்கிறாள் என்று அவன் நினைப்பான் என்பதால் பாத்ரூம் கதவைப் பார்த்துவிட்டு லேசாகப் பவுடர் போட்டுக்கொண்டாள்.

அவன் குளித்துவிட்டு வந்தான். “ஒவ்வொரு நாளும் பேஷண்ட்ஸ் எண்ணிக்கை கூடிக்கொண்டே போகுது” என்றான். அவன் மருத்துவமனை ஒன்றில் பகல் நேரத்தில் மயக்க மருந்து டாக்டராக பணிபுரிகிறான். சாயந்திரத்திற்கு மேல சொந்த கிளினிக்கிற்கு வந்துவிட்டு இரவுதான் வீட்டிற்கு வருகிறான். இன்று அவனிடமிருந்து விஸ்கி வாசம் வரவில்லை. “என்ன இன்னிக்கி வாசனையைக் காணோம்” என்றாள். அவன் தலையாட்டினான்.

அவள் ஐ.டி. துறையில் வேலைபார்க்கிறாள். சாயந்திரம் வீட்டுக்கு வந்துவிடுவாள். "டாக்டரைக் கல்யாணம் பண்ணி யிருக்கக் கூடாது" என்று நினைத்துக்கொள்வாள்.

அவன் பாத்ரூமிலிருந்து வெளியே வந்து, தலை சீவி, பவுடர் போட்டுக்கொண்டு படுக்கையில் சாய்ந்தான். அவளும் படுக்கையில் ஏறி அவனுக்கு அடுத்துப் படுத்தாள். அப்போது அவன் மீது அவளது உடல் பட்டது. விளக்கை அணைக்காமல் படுத்ததை அறிந்து, எழுந்து, படுக்கையிலிருந்து இறங்கி, டியூப் லைட்டை அணைத்துவிட்டு இரவு லைட்டைப் போட்டாள். பின் பழைய மாதிரியே படுக்கையில் ஏறி அவனுக்கு அடுத்துப் படுத்தாள்.

பிரசாத்தின் கண்கள் மூடியிருந்தன. ரஞ்சனியின் கண்கள் விழித்திருந்தன.

காலையில் அவன் மருத்துவமனைக்குச் செல்லும் அவசரத்திலும் அவள் அலுவலகத்திற்குச் செல்லும் அவசரத் திலும் இருந்தார்கள். சமையல்காரி காலைக்கும் மதியத்துக்கும் சமைத்து வைத்துவிட்டாள். சாப்பாடு மேஜையில் இருந்தது. அவரவர்கள் கொண்டுசெல்லும் கேரியரில் மதிய உணவை நிரப்பிக்கொண்டிருந்தாள். காலை உணவை பிரசாத் சாப்பிட்டுக்கொண்டிருந்தான். பொங்கலும் சாம்பாரும். அவன் சாப்பிட்டுக்கொண்டிருக்கும்போதே சமையல்காரி விடை பெற்றுக்கொண்டு சென்றுவிட்டாள். அவன் சாப்பிட்டு முடித்து, ஆடைகள் மாற்றிக்கொண்டு, வழக்கமாகக் கொண்டு செல்லும் பையுடன் அறையிலிருந்து வெளியேறினான். அவள் மதிய உணவு இருக்கும் சின்ன டிபன் கேரியரைக் கொடுத்தாள். அவன் கழுத்தில் ஸ்டெதஸ்கோப் இருந்தது. பையைக் கீழே வைத்து விட்டு, ஸ்டெதஸ்கோப்பை அவள் கழுத்தில் போட்டு இழுத்து அணைத்து அவளை முத்தமிட்டான். அவள் சிரித்துக்கொண்டே தன்னை விடுவித்துக்கொண்டாள்.

அவன் சென்றதும் காலை உணவு சாப்பிடச் சாப்பாட்டு மேசைக்கு வந்து தட்டில் பொங்கலை எடுத்து வைத்து சாம்பாரை ஊற்றினாள்.

ரஞ்சனியின் அலுவலகத்தில் அவளுக்கு முன்னால் சந்திரன் உட்கார்ந்திருந்தான்.

"என்ன ரஞ்சனி ஒரு மாதிரி இருக்கே."

“உனக்கு நான் ஒரு மாதிரி இருக்கற மாதிரி தோணுதா. என்ன மாதிரி இருக்கேன்னு சொல்லு.”

“இதென்ன வம்பாப் போச்சு. சும்மா ஒரு பேச்சுக்குச் சொன்னேன். டாக்டர் எப்படியிருக்காரு.”

“டாக்டர் அவர் தொழிலைப் பாத்துக்கிட்டு இருக்காரு.”

“நீயும்தானே உன் வேலையைப் பாத்துக்கிட்டு இருக்கே.”

“வம்பு பண்ணணும்னே வந்தியாடா.”

“உனக்கு மூடு சரியில்லை. நான் சாதாரணமா சொன்ன வார்த்தைகளை எடுத்து நீதான் வம்பு பண்றே”

சட்டென ரஞ்சனி சிரிக்கிறாள். “சரி. மூடை மாத்திக்கிறேன். உங்கிட்டேதானே நான் உரிமையா பேச முடியும்.”

“ஆமா நான் படிக்கிற காலத்திலேயே ‘ஐ லவ் யூ’ன்னு சொல்லியிருந்தா, இந்நேரம் வாழ்க்கை மாறியிருக்கும்.”

ரஞ்சனி ஜன்னல் வழியாக மரங்களைப் பார்த்தாள். “இப்ப சொல்லலாமா” என்றான் சந்திரன்.

“இப்ப சொல்லி என்ன செய்ய... முட்டாள்.”

அவளுடைய தோளில் அவன் கை வைத்தான். சட்டென அவன் கையில் அவள் அடித்தாள்.

“ஏண்டா நாயே. தோள் மேலே கை வைக்கறியா. நான் இன்னொருத்தன் பொண்டாட்டிடா.”

சந்திரன் முகம் மாறியது. “சாரி” என்றான்.

•••

2

பிரசாத் பணிபுரியும் மருத்துவமனை. மதிய வேளை. கூடப் பணிபுரியும் டாக்டர்களுடன் உட்கார்ந்து பிரசாத் சாப்பிட்டுக்கொண்டிருக்கிறான்.

"நோயாளிகள் பெருகிக்கொண்டே இருக்கிறார்கள்" என்று ஒரு டாக்டர் கூறுகிறார்.

"ஆமாம். மருத்துவமனைகளும் பெருகிக் கொண்டிருக்கின்றன" என்றார் இன்னொருவர்.

"டாக்டர்களும் அதிக அளவில் உருவாகிக் கொண்டிருக்கிறார்கள்" என்றார் இன்னொருவர்.

"டாக்டர் தொழில் பதட்டமான தொழில். அறுவை சிகிச்சை செய்யும் டாக்டர்கள் நிலையும் மயக்க மருந்து கொடுக்கும் டாக்டர்கள் நிலையும் உயிருடன் சம்பந்தப்பட்டது. சிறு பிசகும் பெரிய சிக்கலையோ உயிருக்கு ஆபத்தையோ கொண்டு வந்துவிடும். வெளியே சொல்ல முடியாது" என்றான் பிரசாத்.

"ஆமாம். வீட்டை விட்டுக் கிளம்பும்போது நல்ல மூடில் கிளம்ப வேண்டும். இது பெண்டாட்டிக்குத் தெரியாது. சமைக்கத்தான் தெரியும். அதேபோல வீட்டில் இருக்கும்போது சுமுகமாகப் பழக வேண்டும். அதுவும் பெண்டாட்டிக்குத் தெரியாது. ஏதாவது ஏடாகூடமாகப் பேசி மூடைக் கெடுத்து விடுவார்கள்" என்றார் ஒருவர்.

பிரசாத் ரஞ்சனியை நினைத்துக்கொண்டான். எப்போது பார்த்தாலும் சிடுசிடு என்று இருக்கிறாள். இன்று காலையில் நடந்த காட்சி நினைவுக்கு வந்தது.

“வாஷ்பேசின் அழுக்கா இருக்கே” என்றான் பிரசாத்.

“கழுவுறவன் வரலை” என்றாள் ரஞ்சனி.

“இவ்வளவு அழுக்கா இருக்கே. நீ கழுவக் கூடாதா. நாளைக்கு நான் கழுவறேன்.”

“நான் வீட்டையும் ஒழுங்கா வெச்சுக்கிட்டு வேலைக்கும் போகணும். *EMI* இந்த வீட்டுக்குக் கட்டணும். இல்லைன்னா நான் வீட்லயே இருந்துருவேன். நீங்க சொன்ன மாதிரி எல்லாத்தையும் சுத்தமா வெச்சுக்குவேன்.”

அவன் வாஷ்பேசின் அருகே வந்து பிரஷ்ஷை எடுத்துச் சுத்தம் செய்தான். அவள் டிபன் கேரியரில் சமைத்த உணவுகளை எடுத்து வைத்துக்கொண்டிருந்தாள். வாஷ்பேசினைச் சுத்தம் செய்துவிட்டு, டிபன் கேரியரை எடுத்துக்கொண்டு அவளைப் பார்த்தான். அவன்தான் அவளை எப்போதும் சமாதானப்படுத்த வேண்டியிருக்கிறது. அவள் முகம் விறைப்பாக இருந்தது. அவன் கதவைச் சத்தம் வரும்படி சாத்திவிட்டு வெளியேறினான்.

•••

3

அலுவலகத்தில் ரஞ்சனி அலைபேசியை எடுத்துப் பேசினாள்.

"சந்திரன், என்னடா இன்னக்கி லீவா. உடம்பு சரியில்லையா" என்றாள் ரஞ்சனி.

"இல்லை ரஞ்சனி. இன்னக்கி பொண்ணு பாக்கப் போறேன். இன்னும் கொஞ்ச நேரத்திலே கிளம்பிருவோம்."

"என்னடா சொல்றே. பொண்ணு பாக்கவா. உன் கல்யாணத்துக்கா."

"வேற எதுக்கு பாக்கப் போவாங்க."

"சரி. ஒரு பொண்ணு வாழ்க்கையைக் கெடுக்கப்போறே."

"காலேஜிலே படிக்கிறப்பவே நான் உன்கிட்டே ப்ரோபோஸ் பண்ணியிருக்கணும். விட்டுட்டேன். இப்ப பாரு, பொண்ணு தேடி அலையறேன்."

"வாயை மூடுடா. அப்ப உனக்கு தைரியம் இல்லை."

"ஏன் எனக்குத்தான் தைரியம் இல்லை. நீ சொல்லியிருக்கலாமில்ல."

"அதை இப்ப பேசி என்ன செய்ய. நீ பொண்ணைப் பாத்துட்டு நாளைக்கு வந்து சொல்லு."

சாயந்திரம் வீட்டிற்கு வந்ததும் முதல் வேலையாக அரைகுறை யாக பிரசாத் சுத்தம் பண்ணியிருந்த வாஷ்பேசினைக் கழுவிச் சுத்தம் செய்தாள் ரஞ்சனி. வீட்டையும் டைனிங் டேபிளையும் சுத்தம் செய்தாள். பிரசாத் பெரும்பாலும் தினசரி குடித்து விட்டுத்தான் வருகிறான். விஸ்கியின் மணத்தை அவளால் அறிய முடியும். இன்று அவனுடன் சண்டை போடாமல் இருக்க வேண்டும் என்று நினைத்துக்கொண்டாள். பொறுமையாக இருக்க வேண்டும்.

பிரசாத் சீக்கிரமாகவே வந்துவிட்டான். விஸ்கியின் வாசம் அடித்தது. வழக்கம்போல ஆடைகளைக் களைந்து லுங்கியுடன் பாத்ரூமிற்குள் நுழைந்தான்.

ரஞ்சனி டிரெஸ்ஸிங் டேபிள் கண்ணாடியில் முகம் பார்த்து லேசாகப் பவுடர் போட்டுக்கொண்டாள்.

அவள் இரவு உணவை முடித்திருந்தாள். அவனிடம் கேட்டாள். "பிரியாணி, சிக்கன் போன்லெஸ் சாப்பிட்டாச்சு" என்றான். அவள் வெளியே எடுத்து வைத்திருந்த தோசை மாவுப் பாத்திரத்தைக் குளிர்சாதனப் பெட்டியில் வைத்துவிட்டு அறைக்குள் வந்தாள்.

அவன் அவளை அணைத்துப் படுக்கையில் கிடத்தினான். ஏற்கெனவே லைட்டை அணைத்து இரவு விளக்கைப் போட்டிருந்தான். இரவு விளக்கு நீல வண்ணத்தில் இருந்தது.

•••

4

ரஞ்சனி வசிப்பது அப்பார்ட்மெண்ட்டில். வாசல் கதவு அடைத்திருக்கிறது. உள்ளே ரஞ்சனியும் பிரசாத்தும் சண்டை போடும் சத்தமும் பாத்திரங்கள் உருளும் சத்தமும் ஏதோ பொருட்கள் உடையும் சத்தமும் கேட்கின்றன. எதிர்வீட்டுக் கதவு திறக்கிறது. நடுத்தர வயதுப் பெண்மணி எட்டிக் கதவைப் பார்க்கிறாள். பிறகு வீட்டுக்குள் செல்கிறாள். அங்கு ஈசிசேரில் சாய்ந்து படுத்திருந்தவரிடம், “வழக்கம்போல சண்டை. நாம காலி பண்ணிட்டுப் போயிறலாம்னு சொன்னா கேட்க மாட்டேங்கறீங்க. மூடே கெட்டுப்போகுது” என்கிறாள்.

“அவங்க வீட்டுக்குள்ளேதானே சண்டே போடறாங்க. உனக்கென்ன.”

“என்னவா, சத்தம் கேட்குதுல்ல.” வீட்டுக் கதவை அடைக்கிறாள்.

ரஞ்சனி வீட்டுக் கதவு திறக்கிறது. பிரசாத் அவசரமாக வெளியேறுகிறான்.

ரஞ்சனியின் அலுவலகத்தில் அவள் அருகே அவளின் அலுவலகத் தோழி ரம்யா நிற்கிறாள்.

“என்ன டாக்டர் எப்படி இருக்காரு” என்கிறாள் ரம்யா.

“என்ன பார்க்கிறவங்க எல்லாம் டாக்டரைப் பத்தியே விசாரிக்கிறாங்களே.”

“ஆமா. டாக்டர் இல்லையா அதான். என் ஊட்டுக்காரருக்கு ஏப்பம் ஏப்பமா வந்துகிட்டிருக்கு. அவரைப் பாக்க முடியுமா.”

“கிளினிக் போனா பாக்கலாம். என்னோட ப்ரெண்டுன்னு சொல்லுங்க.”

“நீங்க சொல்ல மாட்டீங்களா.”

“நானும் சொல்றேன் ரம்யா. எப்ப போறேன்னு சொல்லு. நான் சொல்லிடறேன்.”

ரம்யா அவள் இடத்திற்குச் செல்கிறாள்.

ரஞ்சனி அலைபேசியை எடுக்கிறாள். “என்னடா, நேத்து பொண்ணு பாக்க போனியே. என்ன ஆச்சு” என்றாள்.

“உன்னை மாதிரி அழகா இல்லையே. நான் என்ன செய்றது” என்றான் சந்திரன்.

“அட ச்சை. ஒழுங்கா பேசு. பொண்ணைப் பிடிச்சுச்சா இல்லையா. சொல்லித் தொலை. இதுக்கு ரெண்டு நாள் லீவா.”

“என்னத்தைச் சொல்ல. நாங்க போனோமா. ஸ்வீட் காரம் கொடுத்தாங்க. நல்ல வசதியான வீடு. பொண்ணோட அம்மா என்னோட அம்மாவோட பேசிக்கிட்டு இருந்தாங்க. அப்ப...”

“டேய் என்ன விளையாடறயா. போனை வச்சிரவா.”

“இல்லை இல்லை. வச்சிராதே. பொண்ணைப் பார்த்தேன். எனக்குப் பிடிக்கலை. குண்டா இருக்கா.”

“இதைச் சொல்றதுக்கு ஏன்டா இப்படி இழுத்தடிக்கிறே. போன வையி.”

காண்டீனில் ரஞ்சனியும் ரம்யாவும் உட்கார்ந்து சாப்பிட்டுக் கொண்டிருக்கிறார்கள்.

“வரவர வேலை அதிகமாயிட்டே போகுது” என்றாள் ரம்யா.

“ஆமாம்” என்றாள் ரஞ்சனி.

ரம்யாவின் கணவன் மத்திய அரசு வேலையில் இருக்கிறான். “இங்கேயும் வேலை பாத்துட்டு, வீட்லேயும் போய் வேலை பாத்துட்டு, புருஷனுக்கும் தேவையானதைச் செஞ்சுக்கிட்டு, அவர் இஷ்டத்துக்கு நடந்துக்கிட்டு, என்ன வாழ்க்கை இது. கல்யாணம் பண்ணாம இருந்தப்ப இருந்த சந்தோஷம் இப்ப இல்ல” என்றாள் ரம்யா.

“ஆமா. எல்லாருக்கும் இதே நிலைதான்” என்றாள் ரஞ்சனி.

அந்தச் சமயத்தில் அவளுக்கு ஒரு போன் வந்தது. எடுத்தாள். புது எண்ணாக இருந்தது. எடுக்காமல் விட்டுவிட்டாள். பிறகும் அடித்தது. எடுத்தாள். மறுமுனையில் பேசியதைக் கேட்டு

அவள் முகம் மாறியது. அழ ஆரம்பித்தாள். "நீங்க சொன்ன இடத்துக்கு நான் வந்துர்றேன்" என்று போனை வைத்தாள்.

பதற்றமாக இருந்த ரஞ்சனியை ரம்யா முதுகில் தடவிவிட்டு ஆசுவாசப்படுத்தினாள்.

"பிரசாத்தை யாரோ கத்தியாலே குத்திட்டாங்களாம். உயிர் இருக்கான்னு தெரியலை. நாங்க அரசாங்க ஆஸ்பத்திரிக்குக் கொண்டுபோறம். அங்க வந்துருங்கன்னு ஒருத்தன் சொல்றான். போலீஸ்னு சொல்றான். எனக்கு என்ன செய்யறதுன்னு தெரியல. ரம்யா, என் கூட அரசாங்க ஆஸ்பத்திரி வரைக்கும் வந்து எனக்கு உதவி பண்ணு. சந்திரனுக்கு போன் பண்ணி அவனை வரச் சொல்றேன். அவன் வந்துருவான். அப்புறம் நீ போ" என்றாள்.

ரம்யா குழப்பத்துடன் "சரி" என்றாள்.

இருவரும் இறங்கித் தெருவிற்கு வந்தார்கள். சந்திரனுக்கு விவரம் சொல்லி வரச் சொன்னாள். வரச் சொல்லியிருந்த கால் டாக்ஸியில் ஏறி இருவரும் அரசு ஆஸ்பத்திரிக்குச் சென்றார்கள்.

•••

5

காரில் வரும்போதே ரஞ்சனி வெளியூர் களில் இருந்த பிரசாத்தின் தாய் தந்தையருக்கும் தன்னுடைய தாய் தந்தையருக்கும் போன் பண்ணினாள்.

அரசாங்க ஆஸ்பத்திரி பெரியதாக இருந்தது. எங்கே செல்வது என்று இருவருக்கும் தெரிய வில்லை. அங்கு தெரிந்த ஒரு நர்சிடம், "கத்திக்குத்து பட்டவங்களை எங்கே வெச்சுருப்பாங்க"என்று ரம்யா கேட்டாள்.

"எமர்ஜென்ஸி வார்டுக்குப் போங்க. உயிரோட இருந்தார்னா அங்கே வெச்சுருப்பாங்க. இறந்துபோனா மார்ச்சுவரிக்குக் கொண்டு போயிருப்பாங்க" என்றாள் அவள்.

இருவரும் எமர்ஜென்ஸி வார்டுக்குச் சென்றார்கள். அங்கு விசாரித்தார்கள். நிறைய நபர்களுக்கு சிகிச்சை அளித்துக்கொண் டிருந்தார்கள். அங்கிருந்த நர்சிடம் விசாரித்தார்கள்.

"போலீஸ்காரங்க கொண்டுவந்த கேஸா. டாக்டர்னு சொன்னாங்க. உயிரு போயிதான் கொண்டுவந்தாங்க. மார்ச்சுவரிக்குப் போங்க. இப்படியே போய் இடது பக்கம் திரும்பினா வரும். போலீஸ்காரங்க நிப்பாங்க."

ரஞ்சனி தரையில் உட்கார்ந்து அழ ஆரம்பித் தாள். ரம்யா அவளை எழுப்பிக்கொண்டிருந்தாள். அந்த நேரத்தில் சந்திரன் அவசரமாக வந்து அவர்களை அடைந்தான். ரம்யா அவனிடம்,

"டாக்டர் இறந்துட்டாரு. கத்திக்குத்து. இறந்துபோய்க் கொண்டாந்துருக்காங்க. மார்ச்சுவரியிலே வச்சுருக்காங்க." என்றாள்.

ரஞ்சனியை எழுப்பி மூவரும் மார்ச்சுவரிக்குச் சென்றார்கள். போலீஸ்காரரைப் பார்த்தார்கள். "இறந்துபோன டாக்டரைச் சேர்ந்தவர்களா. நீங்க யாரு" என்று அந்த எஸ்.ஐ. கேட்டார்.

சந்திரன் முன்வந்து ரஞ்சனியைக் காட்டி, "இவுங்க இறந்துபோன டாக்டரோட வொய்ப். நாங்க இவங்க கூட வேல பாக்கறவங்க" என்றான்.

அந்த எஸ்.ஐ. ஒரு போலீஸ்காரரை அழைத்தார். அவரிடம், "இவங்கதான் வொய்ப்பு. இறந்தவரோட டாக்டர் ஐடி கார்டு, மத்த கார்டுகள், பர்ஸ், கழுத்திலே போட்டிருந்த செயின் எல்லாத்தையும் இவங்ககிட்டே கொடு" என்றார்.

அந்த போலீஸ்காரர் தன் கர்ச்சீப்பில் மடித்து வைத்திருந்த அந்த ஐட்டங்களை எல்லாம் ரஞ்சனியிடம் காண்பித்து அவளிடம் கொடுத்தார். அவள் அதை வாங்கிக் கைப்பையில் வைத்தாள்.

"இப்போ சாயந்திரமாயிருச்சு. நாளைக்கு போஸ்ட்மாட்டம் பண்ணுவாங்க. முத கேஸா முடிச்சுருவாங்க. அதுவரைக்கும் பாடி இங்கேதான் இருக்கும். நீங்க முக்கியமான உறவுக்காரங்களை வரச் சொல்லியிருங்க. பொதுவா இந்த மாதிரி கேசுகளை வீட்டுக்குக் கொண்டுபோக மாட்டாங்க. இங்கியிருந்து கொண்டு போயிறலாம். மயானத்திலே செய்யிற வேலைகளுக்கும் ஆம்புலென்ஸ், பாடை கட்றதுக்கும் ஏஜெண்ட் இருக்காங்க. டீ சாப்பிட போயிருக்காங்க. வந்த உடனே அறிமுகம் பண்ணி வைக்கிறேன். நீங்களே எல்லாம் பேசிக்குங்க" என்றார் எஸ்.ஐ.

"அம்மா, நீங்க வாங்க. அவுங்களையும் கூட்டிவாங்க. பாடியைப் பாத்துருங்க. ரெண்டு மூணு பேப்பர்ல நீங்க கையெழுத்து போடணும்" என்றார் இன்னொரு போலீஸ்காரர்.

மூவரும் மார்ச்சுவரிக்குள் நுழைந்தார்கள். மார்பில் ரத்தம் உறைந்திருந்தது. கண்களை மூடிய நிலையில் பிரசாத் கிடந்தான். சுடிதார் மேல்துணியை வாயில் புதைத்து அழுதாள் ரஞ்சனி.

ரஞ்சனியிடம் கையெழுத்து வாங்கினார்கள். ரம்யா கிளம்புவதற்காக நேரம் பார்த்துக்கொண்டிருந்தாள். சந்திரன் இறுதிக் காரியங்களைச் செய்வதற்கான ஏஜெண்டிடம் பேசிக் கொண்டிருந்தான்.

“சார், தினம் செய்யறோம் சார். ஆதார் கார்டு காப்பி மட்டும் கொடுங்க. மயானத்திலே பதியறப்ப பெயர் ஸ்பெல்லிங், அட்ரஸ் தப்பா போயிறப்படாது பாருங்க. தொழில் அவ்வளவு சுத்தமா இருக்கும் சார்” என்றான் ஏஜெண்டு.

ரஞ்சனியிடம் பிரசாத்தின் ஆதார் கார்டை வாங்கி, ஜெராக்ஸ் எடுத்து ஏஜெண்டிடம் கொடுத்தான் சந்திரன்.

விவரம் தெரிந்து பிரசாத்தின் ஆஸ்பத்திரியிலிருந்து சிலர் வந்து காரில் இறங்கி ரஞ்சனியைப் பார்ததார்கள். அதேபோல் ரஞ்சனி வேலை பார்க்கும் அலுவலகத்தில் இருந்தும் ஆட்கள் வந்து ரஞ்சனியைப் பார்த்தார்கள்.

ஏற்கனவே பேசியிருந்த போலீஸ்காரர் ரஞ்சனியை அழைத்து, “அவருக்கு எதிரி யாரும் இருந்தாங்களா” என்று கேட்டாள்.

“இல்லை. எனக்குத் தெரிஞ்சவரைக்கும் இல்லை” என்றாள் ரஞ்சனி.

“காரியம் முடியட்டும். அப்புறம் விசாரணையை வெச்சுக்குறோம்” என்றார் போலீஸ்காரர்.

மார்சுவரி வார்டுக்கு முன் உள்ள மர நிழல்களில் ரஞ்சனியின் பெற்றோர், பிரசாத்தின் பெற்றோர், பிரசாத் பணிபுரிந்த ஆஸ்பத்திரியைச் சேர்ந்த சிலர், ரஞ்சனி பணிபுரியும் அலுவலகத்தைச் சேர்ந்த சிலர், ரம்யா, சந்திரன், ரஞ்சனியின் உறவினர்கள் ஆகியோர் குழுமியிருந்தார்கள். உள்ளே பிரேதப் பரிசோதனை நடந்துகொண்டிருந்தது. வெளியே ஆம்புலன்ஸ் பாடை தயாராக இருந்தது.

தீடீரென பரபரப்பு ஏற்பட்டது. உள்ளேயிருந்து வெள்ளைக் காடாத் துணியினால் சுற்றப்பட்ட பிரசாத்தின் உடலைக் கொண்டுவந்து பாடையில் வைத்தார்கள். ஏஜெண்டு சுறுசுறுப்பாக வேலை செய்துகொண்டிருந்தான். “கடைசியா பாக்கறவங்க பாத்துக்குங்க. நீங்க கொண்டுபோயிரலாம்ன்னு சொன்னா கொண்டுபோயிரலாம். மின் மயானத்துலே ஏற்பாடு பண்ணியிருக்கு. முக்கியமானவங்க கூட வாங்க” என்றான் ஏஜெண்டு.

ஆம்புலன்ஸில் ஏற்றப்பட்டபோது கூட்டத்தை விலக்கி பிரசாத்தின் முகத்தை ரஞ்சனி பார்த்தாள். ஆம்புலன்ஸ் நகர்ந்தது.

ரஞ்சனியின் வீட்டில் அவளின் தாய் தந்தை தங்கி யிருக்கிறார்கள். பிரசாத்தின் தாய் தந்தை இருவரும் ஓட்டலில் தங்கியிருக்கிறார்கள். தற்போது ரஞ்சனி வீட்டில் அனைவரும் இருக்கிறார்கள்.

ரஞ்சனியின் தந்தை சம்பந்தியிடம் பேசினார். "வாழ்க்கை எப்படியெல்லாம் மாறுது பாருங்க. கொஞ்சகாலம் ரஞ்சனி கூட இருக்கலாம்னு இருக்கோம். உங்களுக்கு ஓட்டல் சௌகரியமா இருக்கா."

"சௌகரியமா இருக்கு. யாரு கத்தியாலே குத்துனா. எதுக்கு குத்துனான்னு ஒண்ணும் தெரியல. அவன் வேலை பாத்த ஆஸ்பத்திரியிலே ஏதாவது பிரச்சினை இருந்ததான்னு தெரியலை. செல்லமா வளர்த்த பையன். அவன் இஷ்டப்படியே டாக்டராக்கினேன். இப்ப அவனே போயிட்டான்" என்று கூறிய பிரசாத்தின் அப்பா கண்களைத் துடைத்துக்கொண்டார்.

●●●

6

இன்ஸ்பெக்டர் போலீஸ் ஸ்டேஷனுக்கு வரச் சொல்வதாக ரஞ்சனிக்கு போன் வந்தது. போலீஸ், விசாரணை என்று வருவது ரஞ்சனிக்கு படபடப்பை ஏற்படுத்தியது.

தந்தையைத் துணைக்கு அழைத்துக்கொண்டு ரஞ்சனி கிளம்பி காரில் உட்கார்ந்திருக்கும்போது, "அப்பா, பயமா இருக்கு. போலீஸ் ஸ்டேஷன்லே விசாரணைங்கிற பேரில கௌரவக் குறைவா நடந்துவாங்களே."

"அப்புடி எல்லாம் நடக்காது. வாழ்க்கையிலே நடக்கக் கூடாதது எல்லாம் நடக்குது. நாம சந்திச்சுத்தானே ஆகணும். பயப்படாதே" என்றார்.

காரிலிருந்து இறங்கி ஸ்டேஷனுக்குள் சென்றார்கள்.

இன்ஸ்பெக்டர், "நீங்கதான் ரஞ்சனியா. கூட வந்திருக்கறது யாரு" என்றார்.

"எங்க அப்பா."

"அவரை வெளியே இருக்கச் சொல்லுங்க. உங்ககிட்டே அவரைப் பத்தி விசாரிக்கணும்."

ரஞ்சனி அப்பாவைப் பார்த்தாள். அவர் வெளியேறி ஸ்டேஷன் வராந்தாவில் போட்டிருந்த பெஞ்சில் உட்கார்ந்தார்.

இன்ஸ்பெக்டர் முன்பு ரஞ்சனி உட்கார்ந் திருந்தாள்.

"எங்கே வேலை பாக்கறிங்க."

“ஜிண்டால் ஐ.டி. கம்பெனி.”

“எத்தனை வருஷமா.”

“ரெண்டு வருஷமா.”

“பிரசாத்தை உங்களுக்கு முன்னமே தெரியுமா.”

“தெரியாது. கல்யாணத்துக்கு அப்புறம்தான் தெரியும்.”

“அவருக்குப் போதைப் பழக்கம், சீட்டாட்டம், வேற பெண்கள் தொடர்பு இருக்கா.”

“இல்லையே. காலையிலே ஆஸ்பத்திரிக்குப் போவார். சாப்பாடு கொண்டுபோயிருவார். சாயந்திரம் அவரோட கிளினிக்குக்குப் போயிட்டு ராத்திரி வருவார்.”

“உங்க ரெண்டு பேருக்கும் சண்டை வருமா.”

“சண்டை வரும். அப்புறம் சரியாயிரும். ரெண்டு பேருமே அதை மறந்துருவோம்.”

“ஆஸ்பத்திரியிலே அவருக்கு விரோதி யாரும் இருக்காங்களா, உங்ககிட்டே சொல்லியிருக்காரா.”

“இல்லை. அப்படி எதுவும் அவர் சொன்னதில்லை.”

“உங்க போன் நம்பரை பாலோ பண்ணிப் பார்த்ததிலே, சந்திரன்ங்கிற பேர் உள்ள ஒருத்தரோட அடிக்கடி ரொம்ப நேரம் பேசியிருக்கிறது தெரிய வந்துச்சு. யார் அவரு,”

“அவன் எங்கூட வேலை பாக்கறவன். தமாஷா பேசுவான். எஞ்சினியரிங் காலேஜ்லே படிச்சப்ப கூடப் படிச்சவன். பெங்களூர்லே வேலை பாத்தான். ஆறு மாசத்துக்கு முன்னாடி தான் மாத்தலாகி வந்தான்.”

“படிக்கறப்ப உங்க ரெண்டு பேருக்குமிடையே காதல் இருந்ததா. உங்களுக்காகத்தான் மாறுதல் வாங்கிகிட்டு வந்தானா.”

“இல்லை. அவனோட அப்பா, அம்மா இங்கே இருக்கறதுனாலே மாறுதல் வாங்கிட்டு வந்துருக்கான்.”

“உங்களுக்குள்ளே காதல் கிடையாதுன்னு பொய் சொல்றீங்க. அவ்வளவு நேரமா ஒருத்தன் கூட பேசுவீங்க.”

“எங்களுக்குள்ளே காதல் சத்தியமா இல்லை. தமாஷா பேசுவான். வேறே மாதிரி உறவு இல்லை. சத்தியமா இல்லை.”

“பிரசாத் இறந்துபோயிட்டா, சந்திரனைப் பின்னாடி கல்யாணம் பண்ணிக்கலாம்ன்னு உங்களுக்கு எண்ணம் இருந்ததா.”

“எனக்கு அந்த மாதிரி எண்ணமெல்லாம் கிடையாது. அபாண்டமா ஏதேதோ சொல்றீங்க. எனக்கு பயமா இருக்குது.”

“என்கூட வாங்க” என்று சொல்லி ரஞ்சனியை அழைத்துக்கொண்டு உட்புறம் சென்றார். உள்ளே சந்திரன் உட்கார்ந்திருந்தான். இவர்களைப் பார்த்ததும் எழுந்து வந்தான். பரிதாபமாகக் கம்பியைப் பிடித்துக்கொண்டு நின்றான்.

“இவன்தானே சந்திரன்” என்று ரஞ்சனியைக் கேட்டார் இன்ஸ்பெக்டர்.

“ஆமா சார். இவன் அப்பாவி சார். இவனை எதுக்கு லாக்கப்லே வைச்சுருக்கீங்க. பாவம் சார். விட்ருங்க.”

“விசாரிக்கிறதுக்காக வைச்சிருக்கோம். முடிஞ்சதும் அனுப்பியிருவோம்.”

“என்கூட பேசுனதைத் தவிர வேற ஒண்ணும் செய்யலை. பாவம் சார்.”

“அதை நாங்க பாத்துக்கிறோம், பாவமா பாவமில்லையான்னு. உங்க பாஸ்போர்ட்டை ஸ்டேஷனிலே ஒப்படச்சுருங்க.”

ரஞ்சனியின் தந்தை நடராஜன் பஞ்சாயத்துத் தலைவராக இருந்தவர். காரில் வீட்டுக்கு வந்ததும் ரஞ்சனி அழுதுவிட்டாள். “அப்பா இன்ஸ்பெக்டரு என் மேலேயும் சந்திரன் மேலேயும் சந்தேகப்படறாரு. சந்திரனை லாக்கப்லே வைச்சுருக்காங்க. என் பாஸ்போர்ட்டைக் கொடுக்கச் சொல்றாங்க. எனக்கும் சந்திரனுக்கும் இடைஞ்சலா அவர் இருக்காருன்னு கூலிப்படையை ஏவி கொன்னுட்டதா கேஸை ஜோடிச்சுருவாங்க போல இருக்கு. எனக்கு பயமா இருக்கு அப்பா.”

“பயப்படாதே. எனக்கும் சில அரசியல்வாதிகளையும் அதிகாரிகளையும் தெரியும். ஏதாவது விபரீதமா போயிருச்சுன்னா நாம அதை சந்திக்கிற விதத்திலே சந்திப்போம். நாங்க ஊருக்குப் போகலை. இங்கேயே உனக்குத் துணையா நானும் உங்க அம்மாவும் இருக்கோம். சந்திரன் போன் நம்பரை அனுப்பு. நான் அவன்கூட பேசணும்.”

•••

7

சந்திரனின் வீடு. சந்திரனின் அப்பா அவனைத் திட்டிக்கொண்டிருந்தார். “இதுக்குத் தான் சென்னைக்கு டிரான்ஸ்பர் வாங்கிட்டு வந்தியா. நம்ம பரம்பரையிலே யாரும் போலீஸ் ஸ்டேஷன் போனதில்லை. லாக்கப்புலே இருந்ததில்லை. உனக்கும் அவளுக்கும் என்ன தொடர்பு. காலேஜ்லேயிருந்து பழக்கமாக்கும். அவ ஹஸ்பண்ட் இடைஞ்சலா இருக்கான்னு நீயும் ரஞ்சனியும் சேர்ந்து அவனைக் கூலிப்படை வைச்சு தீர்த்துக்கட்டிட்டீங்களா. போ. போலீஸ் வந்து அரஸ்ட் பண்ணட்டும். ஜெயிலுக்குப் போ. என்னாலே உனக்கு ஒண்ணும் உதவி பண்ண முடியாது.”

“என்னங்க பையன் ஏதோ இதுலே மாட்டிக் கிட்டான். போலீஸ்காரங்க இப்படித்தான் கதை ஜோடிப்பாங்க. அவனைக் காப்பாத்த வழியைப் பாக்காம என்னென்னமோ பேசிக்கிட்டிருக்கீங்க” என்றாள்.

“நீ சும்மா இரு. இப்படித்தான் சின்னப் புள்ளையிலேயிருந்து செல்லம் கொடுத்துக் கெடுத்துட்டே. வேலையைப் பாப்பானா, வீட்டுக்கு வருவானா. அதை விட்டுட்டு என்னத்துக்கு பொம்பளை சிநேகம்.”

“உங்க பிரெண்டு ரங்கநாயகம் லாயர்தானே. அவர்ட்டே போயி விவரம் சொல்லுங்க.”

“இந்தா வாயப் பொத்து. எனக்குத் தெரியும் என்ன செய்யறதுன்னு. வம்பை வாங்கிட்டு

வந்து குத்துக்கல்லாட்டம் உக்காந்துருக்கான் பாரு. இவன் ஓடிப்போயிருவான்னு போலீஸ்லே பாஸ்போர்ட்டையும் புடுங்கிட்டாங்க."

சந்திரன் சோபாவில் உட்கார்ந்திருந்தான். அவன் திகைத்துப்போய் என்ன செய்வதென்று தெரியாமல் கலங்கிப் போயிருந்தான்.

●●●

8

போலீஸ் ஸ்டேஷனில் இரண்டு போலீஸ்காரர்கள் பேசிக்கொண்டார்கள். "இன்ஸ்பெக்டரை மாத்திட்டாங்க. புதுசா ஒருத்தரு வராரு. நல்ல மனுஷன். பிரேம்குமாருன்னு பேரு. இந்த இன்ஸ்பெக்டர் மாதிரி காசு காசுன்னு புடுங்க மாட்டாரு. நாளைக்கே வந்து ஜாயின் பண்றாரு."

"இவரை எங்கே போட்ருக்கு."

"சிவகாசியிலே போட்ருக்கு. ஒரு சுமை ஒழிஞ்சது."

புதிய இன்ஸ்பெக்டர் பிரேம்குமார் சேரில் உட்கார்ந்திருந்தார். எஸ்.ஐ.யைக் கூப்பிட்டார்.

"அந்த டாக்டர் கொலை கேஸ் எந்த அளவிலே இருக்கு."

"அவரு வொய்ப் மேலேயும் அவுங்க ப்ரெண்டு மேலேயும் சந்தேகம் இருக்கு. நிறைய தடவை போன்ல பேசியிருக்காங்க. காலேஜ்லே படிக்கிறப்ப இருந்து ரெண்டு பேரும் பிரண்ட்ஸ்."

"சம்பவம் நடந்த அன்னிக்கு ரெண்டு பேரும் எங்கே இருந்தாங்க."

"அவுங்க வொய்ப் ஆபீஸ்லேதான் இருந்திருக்காங்க. அவுங்க பிரண்ட் சந்திரன் ஆபீசுக்கு லீவு போட்டுருக்கான். வீட்லேதான் இருந்திருக்கான். முந்தின நாள் கல்யாணத்துக்கு பொண்ணு பாக்கப் போயிருக்கான்."

"சரி, டாக்டர் வேலை பாத்த ஆஸ்பத்திரியிலே விசாரிச்சாச்சா."

"எனக்கு அதைப்பத்தி சரியாத் தெரியலை. இன்ஸ்பெக்டர்தான் போனாரு."

"டாக்டர் வொய்ப் பேருலேயும் அந்த பிரண்ட் பேருலேயும் சந்தேகப்படுறது ஒரு கோணம். சுவாரஸ்யமாவும் இருக்கும். தடயம் ஏதும் இருக்கா."

"ரெண்டு பேரையும் சொல்லாம வெளியூர் போகக் கூடாதுன்னு சொல்லியிருக்கோம்."

"சரி. ரோட்லே டாக்டரோட கார் நிக்குது. அதுக்கு 20 அடி தூரத்திலே டாக்டர் குத்துப்பட்டு கிடக்கறாரு. இடது மார்புலே கத்தியாலே குத்தியிருக்காங்க. இல்லையா."

"ஆமாம் சார்" என்றார் எஸ்.ஐ.

"காருக்குள்ளே ஏதாவது தடயம் இருந்துச்சா. சாவி கார்லேயே இருந்துச்சா. ஏ.சி. ஆப் பண்ணியிருந்துச்சா ஓடிக்கிண்டிருந்துச்சா."

"தடயம் ஒண்ணும் கிடைக்கலை. சாவி கார்லேதான் இருந்துச்சு. ஏ.சி. ஓடிக்கிட்டு இருந்துச்சு. நாங்கதான் ஆப் பண்ணினோம்."

"யாரோ காரை நிறுத்தியிருக்காங்க. டாக்டர் காரை விட்டு இறங்கியிருக்காரு. வாக்குவாதம் நடந்திருக்கலாம். சரி. அந்த ஆஸ்பத்திரி தலைமை டாக்டரைப் போய்ப் பார்ப்போம். தகவல் சொல்லியிருங்க. டாக்டரோட வொய்ப்பை விசாரணைக்கு வரச் சொல்லுங்க. கூட யாரையாவது கூட்டிட்டு வரச்சொல்லுங்க."

"சரி சார்."

இன்ஸ்பெக்டர் பிரேம்குமார் முன்பு ரஞ்சனி உட்கார்ந்திருந்தாள். அருகே அவளுடைய தந்தை நடராஜன் உட்கார்ந்திருந்தார்.

"நீங்க டாக்டர் பிரசாத்தோட வொய்ப். நீங்க இவுங்க அப்பாவா."

"ஆமாம்."

"நீங்க என்ன பண்றீங்க."

"எங்க ஊர் புதுப்பட்டியிலே பஞ்சாயத்து பிரஸிடெண்டா இருந்தேன். அடுத்த தேர்தல்லே நிக்கலை. எங்க ஆளுதான் பிரஸிடெண்டா இருக்காரு."

“சரி. நீங்க தள்ளிப்போய் அந்த பெஞ்சுலே இருங்க. அவுங்களை விசாரிக்கணும்.”

அவர் எழுந்து சென்றார்.

“அம்மா பயப்படாதீங்க. நான் கேக்கற கேள்விக்கு யோசிச்சு பதில் சொல்லுங்க. உங்க வூட்டுக்காரருக்கும் உங்களுக்கும் நல்ல உறவு இருந்துச்சா.”

“அப்பப்ப ஏதாவது பிரச்சினை வரும். அப்புறம் சரியாயிரும்.”

“டிரிங்ஸ் சாப்பிடுவாரா.”

“அடிக்கடி விஸ்கி சாப்பிட்டுட்டு வருவாரு.”

“முந்தின இன்ஸ்பெக்டர்கிட்டே அவருக்கு போதைப் பழக்கம் இல்லைன்னு சொல்லியிருக்கீங்களே.”

“சார், மன்னிச்சுக்குங்க. அவரு போதைப் பழக்கம் உண்டான்னு கேட்டாரு. நான் போதைப் பொருட்களோட கனெக்ட் பண்ணி புரிஞ்சுக்கிட்டேன். நீங்க நேரடியா டிரிங்ஸ்னு கேட்டீங்க. நான் மாத்தி மாத்தி பேசி சமாளிக்கிறேன்னு நினைச்சுராதீங்க சார். நான் ரொம்ப குழப்பத்துலே இருக்கேன்.”

“சரி. அவரோட டிரிங்ஸ் கம்பெனி யாருன்னு தெரியுமா.”

“தாமோதரன்னு ஒருத்தர் பெயரைச் சொல்லுவார். அவர் ஆர்த்தோபெடிக் சர்ஜன்.”

“அவர் வீட்டுக்கு வந்திருக்காரா.”

“இல்லை. வந்ததில்லை.”

“சம்பவம் நடக்கறதுக்குக் கொஞ்ச காலத்துக்கு முன்னே ரொம்ப உணர்ச்சிவசப்பட்டோ பதட்டமாகவோ என்னைக் காவது வந்திருக்காரா. யோசிச்சு சொல்லுங்க.”

“ஆமா. ஒருநாள் அப்படி வந்தாரு. டிரிங்ஸ் அதிகம் சாப்பிட்டிருந்தாரு. நெர்வஸா இருந்தாரு.”

“அது என்னைக்குன்னு சொல்ல முடியுமா.”

“கரெக்ட்டா சொல்ல முடியாது. நாலு மாசத்துக்குள்ளே இருக்கும்.”

“குறிப்பா எதுவும் சொல்ல முடியுமா.”

“இப்ப ஞாபகத்துக்கு வருது. அன்னைக்கு பவுர்ணமி. நான் பவுர்ணமி அன்னைக்கு சாமி கும்பிடற பழக்கம். அன்னைக்கு சாமி கும்பிட்டேன்.”

“பவுர்ணமி மாசம் ஒரு தடவைதானே வரும்.”

“ஆமா சார். அமாவாசை நாளிலிருந்து 15 நாட்கள் கழித்து பவுர்ணமி வரும்.”

“குட்.” எஸ்.ஐ.யைக் கூப்பிட்டார். “சம்பவம் அக்டோபர் மாதம் நடந்திருக்கு. மே மாதத்திலிருந்து செப்டம்பர்வரை பவுர்ணமி என்னைக்கு வருதுன்னு காலண்டரைப் பார்த்துக் குறிச்சிக் கொடுங்க. மொத்தம் அஞ்சு நாட்கள் வரும்.”

“சரி சார். குறிச்சிட்டு வரேன்.”

“அம்மா நீங்க போகலாம். கூப்பிட்டா வாங்க. பயப்படாம இருங்க.”

ரஞ்சனி தந்தையை அழைத்தாள். அவர் வந்தார். “மகளைக் கூட்டிட்டுப் போங்க. பயப்படாம இருக்கச் சொல்லுங்க” என்றார்.

எஸ்.ஐ. ஐந்து பவுர்ணமியை தேதி வாரியாகக் குறித்து இன்ஸ்பெக்டரிடம் கொடுத்தார்.

“நாம டாக்டர் வேலை பார்த்த ஆஸ்பத்திரிக்கு விசாரணைக்குப் போவோம். தலைமை டாக்டரைப் பாத்துட்டு தாமோதரன்ங்கிற ஆர்த்தோபெடிக் சர்ஜனை விசாரிக்கணும்” என்றார் இன்ஸ்பெக்டர் பிரேம்குமார்.

•••

9

ஆஸ்பத்திரியின் தலைமை மருத்துவர் முன் இன்ஸ்பெக்டரும் எஸ்.ஐ.யும் உட்கார்ந்திருந்தார்கள்.

"நான் டாக்டர் பிரசாத் கொலை வழக்கு சம்பந்தமான இன்வெஸ்டிகேஷன் ஆபிசர். சில தகவல்கள் எங்களுக்கு வேண்டும். வழக்கமாக ஆபரேஷன்களுக்கு பிரசாத்தானே மயக்க மருந்து செலுத்துவார்."

"ஆமாம்."

"நான் இப்ப கொடுக்கற தேதிகள்ளே ஆபரேஷன் நடந்ததா. என்ன ஆபரேஷன். ஆபரேஷன் பண்ணின டாக்டர் யாரு. மயக்க மருந்து கொடுத்த டாக்டர் யாரு. மரணம் ஏற்பட்டிருக்கா. இந்தத் தகவல்கள் வேணும்."

"எதுக்கு சார் இது."

"இன்வெஸ்டிகேஷனுக்குத் தேவைப்படுது."

தலைமை மருத்துவர் தனி உதவியாளரைக் கூப்பிட்டார். இன்ஸ்பெக்டர் விவரங்கள் கேட்டு தட்டச்சு செய்து வைத்திருந்த பேப்பரை அவரிடம் கொடுத்தார். "இந்த விவரங்களை இஸ்பெக்டருக்குக் கொடுங்க" என்றார் மருத்துவர்.

இன்ஸ்பெக்டரைப் பார்த்து "காப்பி கொண்டுவரச் சொல்றேன்" என்றார் மருத்துவர்.

"சரி" என்றார் இன்ஸ்பெக்டர்.

காப்பி வந்து காப்பியைக் குடித்த சற்று நேரத்தில் அந்த உதவியாளர் வந்தார். பேப்பர்களைத் தலைமை மருத்துவரிடம் கொடுத்தார்.

அவற்றைப் பார்த்துவிட்டு, “ஜூலை மாதம் 23ஆம் தேதி ஒரு ஆர்தோ சர்ஜரிக்கு பேஷண்டை கொண்டுபோயிருக்காங்க. அவுங்க இறந்துருக்காங்க” என்றார்.

“எப்படி இறந்தாங்க.”

“ஆபரேஷனுக்கு முன்னாடி மயக்க மருந்து செலுத்தும் போதே ஹார்ட் அட்டாக் வந்து இறந்துபோயிருக்காங்க.”

“யாரு டாக்டர்.”

“ஆர்தோபெடிக் சர்ஜன் தாமோதரன். டாக்டர் பிரசாத் மயக்க மருந்து கொடுத்துருக்கார்.”

“பேஷண்டுக்கு என்ன வயது. பெயர் என்ன, அட்ரஸ் என்ன.”

“எல்லாம் இந்தப் பேப்பரில் இருக்கு. பெயர் மரகதம். வயது 53. அவுங்க மகன் சங்கர். ஸார் எங்க ஆஸ்பத்திரி பேரு ஏதும் கெட்ராம பாத்துகுங்க.”

“நான் பாத்துக்கறேன் சார். ஆர்தோபெடிக் சர்ஜன் தாமோதரனை நான் பாக்கணும்.”

உதவியாளரை அழைத்து, “தாமோதரனிடம் கூட்டிட்டுப் போங்க” என்றார்.

இன்ஸ்பெக்டர் எழுந்து நின்று விடைபெறும்போது தலைமை மருத்துவரும் எழுந்து நின்று விடைகொடுத்தார். அவர் முகம் குழம்பியிருந்தது.

ஆர்த்தோபெடிக் சர்ஜன் தாமோதரன் முன்பாக இன்ஸ்பெக்டரும் எஸ்.ஐ.யும் உட்கார்ந்தார்கள்.

“இந்த ஆண்டு ஜூலை 23ஆம் தேதி ஒரு பெண்ணுக்கு சர்ஜரி பண்ணுவதற்கு முன் ஆபரேஷன் தியேட்டரில் மயக்க மருந்து கொடுக்கும்போதே இறந்துவிட்டதா தெரியுது. சர்ஜன் நீங்கள். மயக்க மருந்து கொடுத்தவர் டாக்டர் பிரசாத். இது சம்பந்தமாக உங்களுக்கு தெரிந்ததைச் சொல்லுங்க.”

“இறந்துபோனவங்க சைடிலிருந்து ஏதும் கம்ப்ளெயிண்ட் கொடுத்திருக்காங்களா சார். அந்த அம்மாவுக்கு சுகர் இருந்தது. ஹார்ட் அட்டாக் எப்ப வரும்னு சொல்ல முடியாது. இதில் எங்கள் பக்கம் தவறு ஒண்ணும் இல்லை.”

“தவறு இருக்கறதா நான் சொல்லை. சில விவரங்கள் தெரியவேண்டியிருக்கு. மயக்க மருந்து டாக்டர் ஏதும் தவறு பண்ணியிருக்க வாய்ப்பு இருக்கா.”

"டாக்டர் பிரசாத் மயக்க மருந்து கொடுப்பதில் நிபுணர். அவருடைய கணிப்பையும் மீறி ஹார்ட் அட்டாக் வந்திருக்கு. இது தற்செயலாக நடந்தது என்றுதான் சொல்ல வேண்டும். மனித உடல் சிக்கலானது. நோயுடன் இருக்கும்போது இன்னும் சிக்கலாகிவிடுகிறது. எப்பவாவது ஒருத்தருக்குத்தான் இப்படி ஆபரேஷன் தியேட்டரிலே மயக்க மருந்து கொடுக்கும்போது ஹார்ட் அட்டாக் வரும்."

"சரி. டாக்டர் பிரசாத் எப்படி ரியாக்ட் பண்ணினார்."

"அவர் பயந்துபோனார். அதிர்ச்சியடைந்தார். இதை அவர் எதிர்பார்க்கவில்லை."

"இறந்துபோனவங்க தரப்புலேயிருந்து யாரும் பிரச்சினை பண்ணினாங்களா."

"ஆமாம். இறந்துபோன பெண்ணோட மகன் ரொம்ப உணர்ச்சிவசப்பட்டு ஆபரேஷனுக்கு முன்னாடி இறந்து போனதுக்கு டாக்டர் பிரசாத்தான் காரணம்னு அவர்கூட சண்டை போட்டான். லூஸ் மாதிரி பேசினான்."

"சரி. மிக்க நன்றி. நாங்க கிளம்பறோம்" என்று சொல்லி இன்ஸ்பெக்டர் எழுந்தார்.

•••

10

இன்ஸ்பெக்டர் எஸ்.ஐ.யிடம் கூறினார். "நாம் குற்றவாளியை அநேகமாக நெருங்கிவிட்டோம்னு நினைக்கிறேன். இறந்த மரகதம் வீட்டு அட்ரஸ் உங்ககிட்டே இருக்கு. அந்த அட்ரஸ்லேதான் அவுங்க குடும்பம் இருக்காங்களா. அட்ரஸ் மாறியிருக்காங்களா. மரகதத்தின் மகன் என்ன செய்றார். அவர் எப்படிப்பட்டவர் – இதையெல்லாம் விசாரிக்கணும். நீங்க போக வேண்டாம். போலீஸ் தோரணை இல்லாத ஒரு போலீஸை மப்டியில் அனுப்புங்க. அவுங்க குடும்பத்துக்கு எதுவும் தெரியக் கூடாது. உளவு வேலை."

"சரி சார். இதுக்கு விக்னேஷ் பொருத்தமா இருப்பாரு."

"அவரைக் கூப்பிடுங்க."

விக்னேஷை எஸ்.ஐ. கூட்டிக்கொண்டு வந்தார்.

"எஸ.ஐ. என்ன செய்றதுன்னு சொல்லுவார். அதை புத்திசாலித்தனமா செஞ்சுட்டு வாங்க."

எஸ்.ஐ. அவரை அழைத்துச் சென்றார்.

ரஞ்சனியின் அலுவலகத்தில் அவளருகே சந்திரன் வந்து நிற்கிறான். இருவரும் போனில் பேசிக்கொள்வதில்லை. போலீஸ் பயம்.

"என்னடா, போலீஸ்லே புதுசா ஏதும் விசாரிச்சாங்களா."

“இல்லை. புது இன்ஸ்பெக்டர் வந்து ஒரு தடவை விசாரிச்சாரு. கூப்பிடறப்ப வான்னு சொல்லியிருக்காரு.”

“எனக்கும் அதேதான். வம்பைப் பாரு. அந்த மனுஷனுக்கு யாரோட சண்டையோ எனக்குத் தெரியாது. தேவையில்லாம நம்ம மேலே சந்தேகப்படறாங்க. நீ ஏன்டா அன்னைக்கி லீவு போட்டே. முந்தின நாள் பொண்ணு பாக்கப் போனே. அப்புறம் எதுக்கு அடுத்த நாள் லீவு போட்டே.”

“ஒரு வேளை பொண்ணு அழகா இருந்து எனக்குப் பிடிச்சுப்போச்சுன்னா. அடுத்த நாள் ஜாலியா கொண்டாடு வோம்ன்னுதான் லீவு போட்டேன். பொண்ணும் சரியில்லை. இப்பத் தேவையில்லாத வம்புலே மாட்டிக்கிட்டேன்.”

“என்னைக் கல்யாணம் பண்றதுக்காக நீதான் பிரசாத்தைக் கொலை பண்ணியா.”

சந்திரனுக்கு முகம் மாறி கண்களில் நீர் வந்துவிட்டது. “என்ன இது. நீயே இப்படி கேக்கறே. அப்புறம் போலீஸ்காரன் ஏன் கேக்க மாட்டான்.”

அவன் கண்ணீர் விடுவதைப் பார்த்து, “ஸாரி. ஏதோ பதட்டத்திலே சொல்லிட்டேன். ஒரு பொண்ணு ஒரு ஆணோட பழகுறதிலே . . . எவ்வளவு பிரச்சினை இருக்குன்னு பாரு. போன்லே எதுவும் பேசாதே. ட்ரேஸ் பண்ணுவாங்க. நாம ஒரு அர்த்தத்திலே பேசினா அவுங்க வேற ஒரு அர்த்தம் பண்ணிக்குவாங்க.”

சந்திரன் அந்த இடத்தைவிட்டு அகன்றான்.

ரம்யா அவளருகே வந்து, “வா, காப்பி சாப்பிடலாம்” என்றாள். ரஞ்சனி இருக்கையைவிட்டு எழுந்தாள்.

போலீஸ் ஸ்டேஷனில் விக்னேஷும் எஸ்.ஐ.யும் இன்ஸ்பெக்டர் முன்பு நிற்கிறார்கள்.

“அதே அட்ரஸ்லதான் இருக்காங்க. இறந்துபோன மரகதத்தின் கணவர் பல வருஷங்களுக்கு முன்னே இறந்துட்டார். அவர் இறந்தபின் மரகதம் ரெடிமேட் ஏற்றுமதி பண்ற ஒரு நிறுவனத்துல டெயிலரா வேலை பாத்தாங்க. ஒரே மகன். பெயர் சங்கர். பார்க்க சாதாரணமாத்தான் இருப்பான். ஆனால் மெண்டல் டைப். டீக்கடைக்காரன் முருகன் அவனைப் பாத்துக்கறார். மரகதத்தோட புருஷன் இறந்த பின்னால முருகனோடதான் மரகதமும் சங்கரும் சேர்ந்து ஒரே வீட்ல

இருந்திருக்காங்க. முருகனோட பொண்டாட்டி, குழந்தைகளோடு இன்னொருத்தன்கூட ஓடிப்போயிருச்சு. எங்கே இருக்காங்கன்னு தெரியல.”

“சரி. குழப்பமான குடும்பமா இருக்கும் போலருக்கு.”

“அவுங்க வீட்டுக்கு ஒருத்தரை நைட் டியூட்டி போடுங்க. நாளைக்கி காலையிலே அஞ்சு மணிக்கு அவங்க வீட்டுக்குப் போறோம். மகன் சங்கரை சம்பவம் நடந்த இடத்துக்குக் கூட்டிட்டுப் போறோம். ஸ்டேஷன் இல்லாம வேற இடம் ஒண்ணு அரேன்ஞ்சு பண்ணுங்க. அங்க வைச்சு விசாரிப்போம். அவன் குற்றவாளி இல்லாமலும் இருக்கலாம். அதையும் நெனைச்சுக்கிட்டுத்தான் விசாரிக்கணும். எதுக்கும் துப்பாக்கி எடுத்துக்குங்க.”

•••

பகுதி 2

1

திருமணம், கணவன், மண வாழ்க்கை பற்றி மரகதத்திற்கு இன்பமான கற்பனைகள் இல்லை. கஷ்டங்கள் பொறுத்துக்கொள்ளும் அளவுக்கு இருக்குமா என்பதுதான் அவள் யோசனையாக இருந்தது. அவள் வசிக்கும் தெருவிலேயே இவளுக்கு மூத்த சில பெண்கள் திருமணமாகிக் குழந்தையுடன் திரும்பி வந்து தாய், தந்தையர் வீட்டில் இருக்கிறார்கள். குழந்தையுடன் இருந்த பார்வதியைப் புருஷனுடன் சென்று வாழுமாறு அவளின் தந்தை வற்புறுத்திக்கொண்டே இருந்தார். ஒருநாள் தூக்குப் போட்டு இறந்த நிலையில் அவளைக் கண்டார்கள். தொங்கிக்கொண்டிருந்த அவளின் காலுக்குக் கீழே அவள் கழுத்தை நெரித்துக் கொன்ற குழந்தை தரையில் கிடந்ததையும் கண்டார்கள்.

மரகதத்தின் தாய் மஞ்சள் காமாலை கண்டு இறந்துவிட்டாள். தந்தை என்ன வேலை பார்க்கிறார் என்றே அவளுக்குச் சரிவரத் தெரியாது. கொத்தனார் வேலை, பிற உடலுழைப்பு வேலை பார்க்கிறவர். அவருக்கு மாறுகண். அவருடைய கண்கள் பார்க்கிறவர்களுக்கு வேடிக்கையாகவும் விபரீதமாகவும் தெரியும்.

குடித்துவிட்டு வீட்டிற்கு வரும் தந்தையிடம் மரகதம் விலகியே இருப்பாள். இரவில் தந்தை தன்னிடம் தவறாக நடந்துகொள்வாரோ என்று பயந்துகொண்டே இருப்பாள். தன்னையே

கட்டுப்படுத்தமுடியாமல் ஏதாவது நடந்துவிடுமோ என்ற நினைப்பில் தந்தை தங்கையா இரவில் அருகிலுள்ள பிள்ளையார் கோயில் வளாகத்தில் கொசுக்கடியைச் சகித்துக்கொண்டு படுத்திருப்பார். காலையில் எழுந்து வீட்டுக்கு வருவார்.

வீடு பூர்வீக வீடு என்பதால் வாடகை இல்லை. போதாத வருமானம். டெய்லரிங் கற்றுக்கொண்டால் கைவசம் தொழில் இருக்கும். அதை வைத்துப் பிழைத்துக்கொள்ள வாய்ப்பு இருக்கிறது என்று நினைத்தாள். தங்கையா என்ன நினைத்தாரோ அவரும் அவள் போக்குக்கு விட்டுவிட்டார்.

மகளின் திருமணத்திற்கு தங்கையா வரன் பார்க்க ஆரம்பித்தார். மரகதத்திற்குத் திருமணமே வேண்டாம் என்றுதான் தோன்றியது. சுற்றியிருக்கும் வீடுகளில் இருக்கும் பெண்கள் படும் கஷ்டத்தை தினமும் பார்த்துக்கொண்டிருப்பவளுக்குத் திருமணம் என்றதும் உடனே தோன்றியது பயம்தான.

முருகனின் டீக்கடையில் வேலை பார்க்கும் சம்பத், மரகதத்திற்குக் கணவனாக அமைந்தான். அதிகாலையில் டீக்கடைக்குச் சென்று இரவு திரும்புவான். உடலுறவில் ஈடுபடுவதற்கும் சமைப்பதற்கும் ஆன ஒரு பெண்ணாக மரகதம் இருந்தாள். கோபம் வருவதற்கு அவனுக்கு வலுவான காரணமே தேவையில்லை. மரகதத்தை அடிப்பதில் அவனுக்கு ஒருவகை யான விருப்பம் இருந்தது. தந்தையிடம் பேசினாள். அதற்கு, “உன் தலையெழுத்து இப்படி இருந்தால் என்ன செய்றது. அங்கேயே இருக்க வேண்டியதுதான்” என்று கூறிவிட்டு அவர் மதுக்கடைக்குச் சென்றுவிட்டார்.

மரகதம் கருவுற்றபோது, கணவனுடன் ஏற்படும் சண்டை யில் கரு கலங்கிவிடுமோ என்று பயந்தாள். எப்படியோ கரு தப்பி சங்கர் பிறந்தான். மருத்துவமனையில் இருந்த மரகதத்தைக் குழந்தை பிறந்து இரண்டு நாட்கள் கழித்துத்தான் சம்பத் பார்த்தான்.

மரகதத்தின் துரதிர்ஷ்டம், பிறந்த பையன் சங்கருக்கு, வழக்கமாகக் குழந்தைகளுக்குப் பேச்சு வரும் வயதில் பேச்சு வரவில்லை. பள்ளிக்கூடத்தில் சேர்க்கும் வயதில் சேர்த்தாள். படிப்பு ஏறவில்லை. இயற்கையிலேயே அவன் புத்திதிறன் இல்லாதவனாக, மந்தமானவனாக இருந்தான். ஆசிரியரிடம் கேட்டபோது அவனுக்குப் படிப்பு ஏறாது என்று சொல்லி விட்டார். சங்கரைப் படிக்கச் சொல்லி சம்பத் அடிக்கும்போது மரகதம் இடையே நுழைந்து அந்த அடிகளை வாங்கிக்கொள்வாள்.

எப்படியோ சம்பத் வேலை பார்க்கும் டீக்கடை உரிமையாளர் முருகனோடு மரகதத்திற்குப் பழக்கம் ஏற்பட்டு விட்டது. இருவரும் தனியே சந்தித்துக்கொண்டார்கள். மரகதம்

உயரமானவள். முருகன் குள்ளமானவன். அவனுக்கு அவள் மீது ஆசை ஏற்பட்டதற்கு இதுதான் காரணம். தவிர மரகதத்திற்கு பம்பை முடி. எண்ணெய் போட்டுச் சீவினாலும் அடங்காது. பம்பை முடி உள்ள பெண்கள் மீது முருகனுக்குக் காமம் ஏற்படும்.

இருவரும் தனியே சந்திப்பதற்கு இடமில்லாமல் இருந்தது. மரகதத்தின் தந்தை தங்கையாவிற்குப் பிள்ளையார் கோயில் வளாகத்தில் இரவில் தூங்கிக்கொண்டிருக்கும்போதே உயிர் போய்விட்டது. டீக்கடைக்கு அன்று விடுமுறை விடப்பட்டது. முருகனே செலவு செய்து தங்கையாவைத் தகனம் பண்ண ஏற்பாடு செய்தான். செத்த வீட்டில் முருகனும் மரகதமும் பேசிக்கொண்டிருந்தபோது சம்பத்தைக் கொன்றுவிடலாம் எனப் பேச்சு வந்தது.

ஒரு வாரத்திற்குள்ளே சம்பத் மாரடைப்பில் இறந்து விட்டான். முருகன் நிரந்தரமாக மரகதம் வீட்டிற்கு வந்து விட்டான். மரகதம் எதிர்பார்த்ததற்கும் மேலாக முருகன் நல்லவனாக இருந்தான். சங்கரை நன்றாகக் கவனித்துக் கொண்டான். தெருவில் இருப்பவர்களுக்கு ஆரம்பத்தில் ஒரு மாதிரியாக இருந்தாலும், இருவருக்கும் துணை இல்லை என்பதாலும் ஒரு உதவாக்கரைப் பையன் இருப்பதாலும் அனுசரித்துப் போய்விட்டார்கள். டெய்லரிங் படித்திருந்ததால் மரகதமும் ஆயத்த ஆடைகள் தயார் செய்து விற்பனை செய்யும் நிறுவனத்தில் வேலைக்குச் சேர்ந்துவிட்டாள். சங்கருக்கு உலகமே அம்மாதான். மரகதமும் அவனைக் குழந்தை போல்தான் கவனித்துக்கொண்டாள். தாத்தா தங்கையா போல சங்கரும் இரவில் பிள்ளையார் கோயில் வளாகத்தில் படுத்துக்கொண்டான். அவன் சாப்பிடும் வேளையில் மரகதமும் வீட்டில் இருந்தால், அவள் அவனுக்கு ஊட்டிவிடுவாள்.

மரகதத்தின் வாழ்க்கை நன்றாகத்தான் போய்க்கொண் டிருந்தது. ஆனால் துரதிர்ஷ்டம் மனிதர்களை அவர்களையறியாமல் பின்தொடர்ந்து வந்துகொண்டுதானே இருக்கிறது. வேலை பார்க்கும் நிறுவனத்திலுள்ள கழிப்பறையில் சிறுநீர் கழித்துவிட்டுக் கதவைத் திறக்கும்போது வழுக்கிக் கீழே விழுந்துவிட்டாள். அவளால் எழ முடியவில்லை. இடதுகாலை அசைத்தால் பெரும் வலி ஏற்பட்டது. அவள் சத்தம் கொடுத்து சக ஊழியர்கள் வந்து அவளைத் தூக்கித் தரையில் கிடத்தினார்கள். பக்கத்திலிருந்த தனியார் மருத்துவமனைக்குக் கொண்டுசென்றார்கள். எக்ஸ்ரே எடுத்துப் பார்த்ததில் எலும்பு முறிவு என்று தெரிந்தது. பிளேட் வைக்கவேண்டும் என்று சொன்னார்கள். அறுவை சிகிச்சைக் கான தேதி குறிக்கப்பட்டது. சங்கர் கூட இருந்தான். முருகன் அவ்வப்போது வந்து பார்த்துக்கொண்டான். செலவுகளையும் ஏற்றுக்கொண்டான்.

அறுவை சிகிச்சை அறைக்கு வெளியே முருகனும் சங்கரும் காத்திருந்தார்கள். ஒரு நர்ஸ் உள்ளே செல்வதும் வருவதுமாக இருந்தாள். அவளிடமே சங்கர் அவள் பெயரைக் கேட்டான். அவள் "தெய்வத்தாய்" என்றாள். சங்கர் திரும்பவும் கேட்டான். திரும்பவும் அவள் "தெய்வத்தாய்" என்றாள். எம்.ஜி.ஆர். நடித்த சினிமாப் படத்தின் பெயரல்லவா என்று முருகனுக்கு நினைவில் தோன்றியது. சங்கரனிடம், "கடவுள் தெய்வத்தாயை அனுப்பியிருக்காரு. உங்க அம்மாவைக் காப்பாத்த" என்றான் முருகன். சங்கர், "தெய்வத்தாய்" என்று உச்சரித்தான். தெய்வத்தாயைப் பார்த்துச் சிரித்தான். அவள் அறுவை சிகிச்சை அறைக்குள் நுழைந்தாள்.

சற்று நேரத்தில் தெய்வத்தாய் வெளியே வந்து ஓடினாள். எதையோ கையில் எடுத்துக்கொணடு மீண்டும் அறைக்குள் ஓடினாள். சற்று நேரத்தில், டாக்டர்கள், நர்ஸ்கள் வெளியே வந்தார்கள். ஒரு நர்ஸ் அருகே வந்து,"ஹார்ட் அட்டாக். எங்களாலே ஒண்ணும் செய்ய முடியலை. இறந்துட்டாங்க" என்றாள். சங்கர் சத்தம் போட்டு அழுதான்.

தெய்வத்தாயிடம் முருகன் கேட்டான். "எப்படி இறந்துபோனாங்க"

"அதான் ஹார்ட் அட்டாக்னு சொன்னாங்களே" என்றாள் தெய்வத்தாய்.

"ஆபரேஷன் நடந்துச்சா."

"இல்லை. ஆபரேஷன் ஆரம்பிக்கிறதுக்கு முன்னாலே மயக்க மருந்து கொடுக்கறப்பவே ஹார்ட் அட்டாக் வந்துருச்சு."

"மயக்க மருந்து டாக்டர் யாரு."

"அந்தா கடைசியா போறாருல்ல. அவருதான்."

சங்கர் பாய்ந்து சென்று அந்த டாக்டரின் சட்டையைப் பிடித்து அவ்ரை அடித்தான். மருத்துவமனை ஊழியர்கள் விலக்கி விட்டார்கள். சங்கர் பெருங்குரலில் அழுதான். அடுத்து நடக்க வேண்டிய காரியங்கள் நடந்தன.

தகனக் கிரியைகள் நடந்தன. சங்கருக்கு மொட்டை போட்டார்கள. அவன்தான் கொள்ளிவைத்தான். அன்றைய இரவில் தன்னருகே வந்து மரகதம் அமர்வதைக் கண்டான். அவன் தலையைக் கோதிவிட்டாள். அவள் மடியில் அவன் படுத்திருந்தான். அப்போது மரகதம் சொன்னதை அவன் கேட்டான். "அந்த டாக்டரைக் கொன்றுவிடு".

•••

2

விடிகாலையில் போலீஸ் ஜீப் மரகதம் வீட்டு வாசலில் நின்றது. இன்ஸ்பெக்டர் பிரேம்குமாரும் போலீஸாரும் வீட்டுக்குள் நுழைந்தார்கள். சங்கர் சுவரை ஒட்டித் தலைகீழாக சிரசாசனத்தில் இருந்தான். சிரசாசனம் செய்தால் அறிவு வளரும் என்று பிள்ளையார் கோயில் பூசாரி சொல்லியிருந்தார். முருகன் டீக்கடைக்குச் செல்ல ஆயத்தமாகிக்கொண்டிருந்தான். போலீஸைப் பார்த்ததும் அவனுக்குத் திகைப்பாகவும் ஒன்றும் புரியாமலும் இருந்தது. சங்கர் பின்வாசல் வழியாக ஓட முயற்சி செய்தபோது ஒரு போலீஸ்காரர் பிடித்துக்கொண்டார். இன்னொரு போலீஸ்காரர் லத்தியினால் காலில் அடித்தார். இன்ஸ்பெக்டர் அடிப்பதைத் தடுத்தார்.

சங்கரைப் பார்த்து, "உண்மையைச் சொன்னா உன்னை அடிக்காம விட்டுர்றோம். டாக்டரைக் கொன்னது நீதானே" என்றார்.

"ஆமா. நான்தான். எங்க அம்மா அந்த டாக்டரைக் கொல்லச் சொல்லிச்சு" என்றான்.

"அய்யோ கிறுக்குப் பய. தாயில்லாப் பிள்ளை. அவன் ஏதோ தெரியாம செஞ்சிருப்பான். அறிவுக் குறைவானவன்" என்றான் முருகன்.

முருகனையும் சங்கரையும் ஜீப்பில் ஏறச் சொன்னார்கள். ஜீப் கிளம்பியது.

ஸ்டேஷனில் வைத்துக் கேட்டதும் சங்கர் ஒப்புக்கொண்டான். டாக்டரின் காரை நிறுத்தி அவர் இறங்கியதும் "எங்க அம்மாவை நீ கொன்னே.

எங்க அம்மா உன்னைக் கொல்லச் சொல்லிச்சு" என்று சொல்லி அவரைக் கத்தியால் குத்தியதாகச் சொன்னான். கத்தியைக் கொலை நடந்த இடத்திற்குச் சற்று தள்ளி இருந்த புளியமரப் பொந்தில் போட்டதாகவும் சொன்னான். கத்தியை எடுத்தும் கொடுத்தான். முருகன் தனக்கு இந்தச் சம்பவத்தில் சம்பந்தமில்லை என்றான்.

போலீஸ் ரைட்டர், அவர் வழக்கமாக எழுதும் முறையில் பேப்பரில் எழுதி இருவரிடமும் கையெழுத்து வாங்கினார். சங்கருக்கு வயது 17 என்பதால் கைது செய்து சிறுவர் காப்பகத்தில்தான் வைக்க வேண்டும் என்று பேசிக்கொண்டார்கள்.

இன்ஸ்பெக்டர் பிரேம்குமார், ரஞ்சனிக்கு போன் பண்ணினார். "குற்றவாளியைக் கண்டுபிடிச்சாச்சு. நீங்க நிம்மதியா இருக்கலாம். ஒருநாள் பௌர்ணமி அன்னைக்கு டாக்டர் சரியில்லாம வந்ததைச் சொன்னீங்கல்ல. அதுதான் எங்களுக்குக் கிடைச்ச துப்பு. அன்னைக்கு மயக்க மருந்து கொடுக்கறப்ப ஒரு அம்மா இறந்துபோயிட்டாங்க. அவுங்க மகன் மைனரு. புத்தி சரியில்லாதவன். ஏதோ மனக்குழப்பத்திலே கொன்னுபுட்டான். மைனர்ங்கிறதாலே சிறுவர் காப்பகத்துலேதான் வைக்க முடியும். அவுங்க தரப்புலே மனநல மருத்துவர் மூலமா மனநிலை சரியில்லாம செஞ்சான்னு நிரூவிச்சா அவன் கோர்ட்லே விடுதலையாகுறதுக்கும் வாய்ப்பு இருக்கு. எப்புடியோ உங்களுக்கு நிம்மதி. பின்னாலே நாம நேர்லே சந்திப்போம்" என்றார்.

இன்ஸ்பெக்டர் சொன்னதைக் கேட்டபின், தன்மேல் இனி யாரும் சந்தேகப்பட மாட்டார்கள் என்ற நிம்மதி ரஞ்சனிக்கு ஏற்பட்டது. சந்திரனுக்கும் அப்பாவிற்கும் போன் பண்ணி இன்ஸ்பெக்டர் சொன்னதைக் கூறினாள்.

●●●

பகுதி 3

1

“என்னடா சந்திரன், இனி போலீஸ் உன்னை கேள்வி கேக்காது. அடுத்து எப்ப கல்யாணத்துக்கு பொண்ணு பாக்கப் போற.”

“போட்டோவிலே பாக்கறதுக்கே பொண்ணுக நல்லா இருக்க மாட்டங்கேங்குதுக. நல்லா இருந்தாத் தானே நேர்ல பாக்க போகணும்னு எண்ணம் வரும்.”

“உங்க அம்மா உன்னை வற்புறுத்தலையா.”

“அனத்தல் தாங்கல. எனக்குப் புடிச்சிருந்தாத் தானே நான் சரின்னு சொல்லிப் போய்ப் பார்க்க முடியும். அப்பறம் போட்டோவிலே ஒரு மாதிரியும் நேர்ல வேற மாதிரியும் இருப்பாங்க. அப்பறம் அவளுக்கு என்னையும் புடிக்கணும்.”

“உனக்கு வர்ற போட்டோக்களை என்கிட்ட காமி. நான் செலக்ட் பண்றேன். அவளைப் போயி பாரு. எல்லாம் சுபமா முடியும்.”

“சரி. நான் உன்னை எங்கே பாக்கறது. வெளி இடமா இருந்தா நல்லா இருக்கும். ஆபீஸ் சரியான இடமா இருக்காது. பக்கத்துல இருக்கறவங்க ஆளாளுக்கு ஒண்ணு சொல்லுவாங்க.”

“நாளைக்கி ஆபீஸ் முடிஞ்சதும் சாயந்தரம் ஆறு மணிக்கு ரெயின்போ காபி ஷாப்புலே சந்திப்போம்.”

“சரி. நான் எங்கிட்டே இருக்கற படங்களைக் காண்பிக்கறேன். பாத்துச் சொல்லு.”

ரஞ்சனி சாயந்தரம் ஆபீஸை விட்டுக் கிளம்பும் போது சற்று தாமதமாகிவிட்டது. ஆறேகால் மணிக்கு காபி ஷாப்பிற்குச் செல்ல முடியும் என்று நினைத்தாள். அந்த இடத்திற்குச் செல்லும் வழியில் போக்குவரத்து

நெரிசலும் இருந்தது. காபி ஷாப் வாசலில் சந்திரன் நின்றிருந்தான். இருவரும் உள்ளே நுழைந்தார்கள்.

"என்னடா ரொம்ப நேரம் நின்னுக்கிட்டிருந்தியா. கிளம்ப லேட்டாயிருச்சு. டிராபிக் வேற பிரச்சினை."

"இல்லை. ஆறு மணின்னு பேசியிருந்தோம். பதினஞ்சு நிமிசம் நின்னுருப்பேன். உனக்காக எவ்வளவு நேரமும் காத்திருக்கலாம்."

"அசடு வழியறதே. அதோ அந்த டேபிள் காலியா இருக்கு. அங்கே உக்காருவோம்."

இருவரும் உட்கார்ந்தார்கள். பிரெஞ்சு ப்ரை ஆர்டர் செய்தாள். வரச் சற்று நேரம் ஆகும். கொண்டுவந்திருந்த பையிலிருந்த போட்டோக்களை எடுத்து ரஞ்சனியிடம் சந்திரன் கொடுத்தான். ரஞ்சனி அவற்றை வாங்கிப் பார்த்தாள்.

இரண்டு படங்களைத் தேர்வுசெய்தாள். இருவரும் ஐ.டி. துறையில் பணிபுரிகிறார்கள். ஒருத்தி பெயர் பைரவி. இன்னொருத்தி பெயர் சஹானா. இரண்டுமே ராகங்களின் பெயர்கள்.

"இரண்டு பேருக்கும் ராகங்களின் பெயர்கள் அமைஞ்சிருக்கு. இதில் ஒண்ணு உனக்குச் சரியாக வரும். அனேகமா சஹானா உனக்கு அமைஞ்சு வருவான்னு நினைக்கறேன். உன்கிட்டே சொல்லணும்னு நினைச்சேன். நான் கர்நாடக சங்கீதம் கத்துக்கலாம்னு இருக்கேன். இப்பப் பாரு. நான் தேர்ந்தெடுத்த இரண்டு பேர்கள் பெயருமே ராகங்களின் பெயரா இருக்கு."

"நீ சொன்ன மாதிரி இந்த இரண்டு பேரையும் அம்மா, அப்பாகிட்டே சொல்லிப் பாத்துர்றேன். என்ன... திடீர்னு சங்கீதம் கத்துக்கப்போறேன்னு சொல்றே."

"நான் தனியா இருக்கேன். அப்பா, அம்மா ஊருக்குப் போயிட்டாங்க. வேலை தவிர வேறே ஒரு நாட்டம் வேணும்னு தோணுது. காலையிலே ஆபீஸ் வர்றதுக்கு முன்னாலே சங்கீதக் கிளாசுக்குப் போயிட்டு வரலாம்னு நினைக்கிறேன். மனசுக்கும் தேவையா இருக்கு. இப்ப நான் வெறுமையிலே இருக்கறேன்."

"நான் ஆபீஸிலிருந்து வீட்டுக்குப் போற வழியிலே ஒரு சங்கீத வித்வான் இருக்காரு. பேரு ஜெகதேவ். அவரை ஒரு விடுமுறை நாள்லே நான் பாத்து எப்ப வர்றதுன்னு கேட்டுட்டு வர்றேன்."

"பாத்துட்டு வா. சஹானா, பைரவியைப் பாக்க ஏற்பாடு பண்ணு."

"அவுங்க ரெண்டு பேரும் பாக்க சுமாரா இருக்கற மாதிரி தெரியுது."

"உன் முகரக்கட்டைக்கு இவுங்க போதாதா..."

"உன்னை மாதிரி அழகா இருக்கணும்னு நினைக்கிறேன்."

"வாயை மூடுடா."

•••

2

ஜெகதேவ் சொல்லியிருந்த நேரத்திற்கு ரஞ்சனி சென்றாள். வாசல் கதவை ஒட்டி இருந்த அழைப்பு மணியை அழுத்தினாள். கதவு திறந்தது. ஓர் ஆணழகன் நின்றுகொண்டிருந்தான். வெள்ளை வேட்டி, வெள்ளைச் சட்டை, சிகப்பு நிறம், கருமையான முடியை மேலே தூக்கிச் சீவியிருந்தான். பளீரென்று இருந்தான். ரஞ்சனிக்குக் கண் கூசுவதுபோல் இருந்தது. “நீங்கதான் ரஞ்சனியா” என்று அவன் கேட்டான். ரஞ்சனி தலையசைத்தாள். திகைப்பில் இருந்தாள்.

உள்ளே அழைத்து உட்காரச் சொல்லி அவனும் உட்கார்ந்தான். அவனின் கால் பாதங்கள் ரோஸ் கலரில் இருந்தன. தன்னுடைய பாதங்களில் வெடிப்பு இருந்தது அவளுக்கு ஞாபகம் வந்தது. தன்னை யறியாமல் குறுகி அமர்ந்திருந்தாள்.

ஜெகதேவ் அவளைப் பற்றி விசாரித்தான். ரஞ்சனி சற்றுக் குழறித் தன்னைப்பற்றிச் சொன்னாள்.

“ஏன் பாட்டுக் கத்துக்கணும்னு உங்களுக்குத் தோணியது.”

முதலில், ‘தனிமையைப் போக்க’ என்று சொல்லலாம் என்று தோன்றியது. அதுதானே உண்மை. ஆனால், தனிமை என்ற வார்த்தையைத் தொடர்ந்து அவன் ஏதாவது கேட்டால் பல விஷயங்கள் சொல்ல வேண்டியிருக்கும். காலப்போக்கில் தெரிய வேண்டியதை ஏன் எடுத்த எடுப்பில் சொல்ல வேண்டும் என்றும் தோன்றியது.

அவள் சொன்னாள். "சங்கீதத்தின் மேல் உள்ள ஆர்வம்தான். மனசுக்கு சந்தோஷம் கிடைக்கும்."

"நல்லது. சங்கீதத்திலே எந்த வித்வான் மேலே உங்களுக்கு ஈடுபாடு."

"அந்த அளவுக்கு எனக்குத் தெரியாது. சினிமா பாட்டுக்களைத் தான் நான் கேட்டிருக்கேன்."

"நீங்க சி.டி. பிளேயர் வைச்சிருக்கீங்களா."

ரஞ்சனி தலையாட்டினாள்

"நான் சொல்ற பேர்களை குறிச்சு வைச்சுக்கோங்க. தெரு முக்கிலே சி.டி. கடை இருக்கு. கிடைக்கிறதை வாங்கிக் கேட்டுப்பாருங்க"

ஜெகதேவ் பேப்பரும் பேனாவும் எடுத்து ரஞ்சனியிடம் கொடுத்தான்.

"வசந்த கோகிலம், எம். எல். வசந்தகுமாரி, எம்.எஸ்., டி. கே. பட்டம்மாள், ஜி.என். பாலசுப்பிரமணியம், மதுரை மணி அய்யர், மதுரை சோமு, பாலமுரளி, லால்குடி ஜெயராமன் வயலின், எம்.கே.டி. பாகவதர் இவுங்கள்லே கிடைக்கறதை வாங்கிக்கோங்க. ஒரு வாரம் நேரம் கிடைக்கறப்ப கேளுங்க. அடுத்த ஞாயிறு காலை எட்டு மணிக்கு வாங்க. உங்களுக்கு இந்த சி.டி. கேக்கறது சங்கீதத்தைப் புரிஞ்சுக்கறதுக்கும் ரசிக்கறதுக்கும் உதவியாக இருக்கும்."

"நான் வாங்கிக்கறேன் சார்."

"காப்பி சாப்பிடுறீங்களா."

அவள் பேசாமல் இருந்தாள். இன்னும் சற்று நேரம் அவனைப் பார்த்துக்கொண்டிருக்க வேண்டும் என்று தோன்றியது. அவன், "அம்மா" என்று சொல்லிக்கொண்டே உள்ளே போனான். பிறகு வந்து நாற்காலியில் உட்கார்ந்தான்.

கந்தர்வன் என்று சொல்வார்களே. இப்படித்தான் இருப்பானோ. உதடு சிவப்பு. மூக்கு, கன்னம், புருவம், நெற்றி, காதுகள், எல்லாம் அளவெடுத்து வைத்தாற்போல் பளீரென்று சிவப்பு நிறத்தில் அமைந்திருக்கின்றன.

அவன் ஏதோ பேசிக்கொண்டிருந்தான். ரஞ்சனி கேட்டுக் கொண்டிருந்தாள். உண்மையில் காதில் ஏதோ அரைகுறை யாக விழுந்துகொண்டிருந்தது. கேட்கும் பாவத்தில் ரஞ்சனி அவனைப் பார்த்துக்கொண்டிருந்தாள். உள்ளேயிருந்து பழுத்த பழம் போல ஒரு அம்மாள் வந்து காப்பி கொடுத்தாள்.

"எங்க அம்மா" என்றான் ஜெகதேவ்.

ரஞ்சனி எழுந்து நின்று வணங்கினாள். இளமையில் இவள் எவ்வளவு அழகாக இருந்திருப்பாள் என நினைத்துக்கொண்டாள். ரஞ்சனியைப் பார்த்துப் புன்னகைத்துவிட்டு உள்ளே சென்று விட்டாள்.

காபி குடித்துக்கொண்டிருந்தபோது ஜெகதேவ் சொன்னான். "பாட்டை மொட்டையாப் பாடக் கூடாது. இந்தா பாருங்க நெளிவு சுளிவுகளோடு இருக்கணும். நான் பாடறேன்..."

"ரங்கபுர விஹாரா ஜெய கோதண்டராம அவதாரா... இது பிருந்தாவன சாரங்கா ராகம்... 'ரங்கபுரம்னு' வெறுமனே பாடக்கூடாது. ரங்க... புர–ன்னு பாடணும்."

அவன் குரல் வசீகரமாக இருந்தது. ரஞ்சனிக்கு அவன் முழுப் பாட்டையும் பாட மாட்டானா என்று இருந்தது. கேட்டும் விட்டாள்.

"நீங்க முழுசா இந்தப் பாட்டைப் பாடுங்க."

அவன் பாடினான். ரஞ்சனியின் கண்கள் மயக்கத்தில் மூட முயன்றன. பாடுபவனையும் பார்க்க வேண்டும்; பாட்டையும் கேட்க வேண்டும். அவள் கண்கள் விரிந்தன. எதிரே ஜெகதேவ் பாடிக்கொண்டிருந்தான்.

•••

3

ரஞ்சனி, சி.டி.க்களை வாங்கி பிளேயரில் போட்டுக் கேட்டாள். சங்கீதத்தில் இவ்வளவு வித்தியாசங்கள், இவ்வளவு நெளிவு சுளிவுகள் இருக்கும் என்று இப்போதுதான் தோன்றியது. பாடல்களில் அவளுக்கு வசந்த கோகிலமும் எம். கே. டி. பாகவதரும் பாடுவது வசீகரமாகத் தெரிந்தது. சங்கீதத்தில் ஜி.என்.பி., மதுரை மணி அய்யர், மதுரை சோமு கெட்டிக்காரர்கள். வெவ்வேறு பாணி என்று அறிந்துகொண்டாள். ஒரு வாரமும் நேரம் கிடைக்கும்போதெல்லாம் கேட்டாள். மனதிற்கும் ஆறுதலாக இருந்தது.

குறித்த நாளில், அவள் ஜெகதேவ் வீட்டை நோக்கிச் சென்றுகொண்டிருந்தபோது, வழியில் ஒரு இடத்தில் இருசக்கர வாகனத்தை நெரிசல் காரணமாக சில நொடிகள் நிறுத்தினாள். அருகிலிருந்த வீட்டில் ஈஸிசேரில் படுத்திருந்த ஒரு பெரியவர் கண்களை மூடித் தலையாட்டிக்கொண்டிருக்க, மதுரை மணி அய்யரின் ஸ்வரங்கள் ஒலித்துக் கொண்டிருந்ததைக் கேட்டாள். என்ன ராகம், எந்தப் பாட்டில் வரும் ஸ்வரங்கள் என்று யோசித்துக் கொண்டே வாகனத்தை ஓட்டினாள். வைத்திருக்கும் சி.டி.யில் இந்தப் பாட்டைக் கேட்டது மட்டும் நினைவில் உள்ளது.

ஜெகதேவின் வீட்டையடைந்தாள். அழைப்பு மணியை அழுத்தினாள். கதவு திறந்தது. ஜெகதேவின் அம்மா நின்றிருந்தாள். “ஜெகதேவ்... நாடு ஒச்சிண்ட ஆண்டதி ஒச்சிண்டி” என்று அவள் உள்ளே பார்த்துக் கூறினாள். ரஞ்சனியை சோபாவில்

உட்காரச் சொன்னாள். அவர்கள் தெலுங்கு பேசுபவர்கள் என்று அப்போதுதான் ரஞ்சனி அறிந்தாள்.

உள்ளே அறையிலிருந்து வந்த ஜெகதேவ் வழக்கமாக உட்காரும் நாற்காலியில் உட்கார்ந்தான். 'எப்போது பார்த்தாலும் எப்படி பளிச்சென்று இருக்கிறான்' என்று நினைத்துக்கொண்டாள்.

"நான் சொன்ன வித்வான்களோட பாட்டைக் கேட்டீங்களா."

"கேட்டேன். ஆச்சரியமாவும் இருந்தது. சந்தோஷமாவும் இருந்தது."

"நெளிவு சுளிவா பாடறது, சங்கதி, பிர்க்கா, ஸ்வரம் எல்லாம் பிடிபட்டிருக்கும்."

"ஓரளவு பிடிபட்டிருக்கு."

"சரிகமபதநி–ங்கிற ஏழு ஸ்வரங்கள்தான் அடிப்படை. ஷட்ஜமம், ரிஷபம், காந்தாரம், மத்திமம், பஞ்சமம், தைவதம், நிஷாதம்; இதுதான் சரிகமபதநி. இதுலே ஷட்ஜமத்துக்கும் பஞ்சமத்துக்கும் பேதம் கிடையாது. மத்ததுக்கு பேதங்கள் இருக்கு. உதாரணமா காந்தாரத்துலே சாதாரண காந்தாரம், அந்தர காந்தாரம், சுத்த காந்தாரம்னு வகைகள் இருக்கு. இது மாதிரி மத்தவைகளுக்கும் இருக்கு..."

"சார் இது இலக்கணம் மாதிரியில்ல இருக்கு. எனக்கு விளங்கறது கஷ்டம்."

"இப்ப அப்படித்தான் தோணும். பின்னாடி ஈஸியா வெளங்கியிரும்."

"உங்களுக்கு குரு யார். ஏதோ குரு பரம்பரைன்னு சொல்லுவாங்களே."

"நாங்க சித்தூர் சுப்பிரமணிய பிள்ளை குரு பரம்பரைன்னு சொல்லிக்கணும். அதுகூட சரியில்லைதான். நாயனாப் பிள்ளை கிட்டேதான் சித்தூர் சுப்பிரமணிய பிள்ளை சிஷ்யரா இருந்தார். சித்தூராரின் இயற்பெயர் சுப்பிரமணிய நாயுடு. நாயனாப் பிள்ளை அவர் பெயரை சித்தூர் சுப்பிரமணிய பிள்ளைன்னு மாத்தறார். இதில் சுவாரஸ்யம் என்னவென்றால் நாயனாப் பிள்ளையின் இயற்பெயர் சுப்பிரமணிய பிள்ளை. இந்தப் பெயரைத்தான் சித்தூராருக்கு அவர் சூட்டினார். எங்க தாத்தா சித்தூரார்கிட்டே பாடம் கேட்டார். எனக்கு குரு என் அப்பாதான். பேரு நாராயணசாமி. மதுரை சோமுவோட குரு சித்தூர் சுப்பிரமணிய பிள்ளை. நீங்க உங்களைப் பத்திச் சொல்லுங்க."

“நாங்க தமிழ் பேசறவங்க. அப்பா அம்மா கிராமத்திலே இருக்காங்க. சொத்துக்கள், நிலங்கள் இருக்கு. நான் ஐ.டி.யிலே வேலை பாக்கறேன். கணவர் இறந்துட்டாரு. நான் மட்டும் தனியா இருக்கேன்.”

“அடடா எப்ப இறந்தாரு. என்ன வேலை பாத்தார்.”

“அவர் டாக்டரா இருந்தாரு. இறந்து ஆறு மாசம் இருக்கும்.”

ஜெகதேவ் மேற்கொண்டு விவரம் கேட்கவில்லை. வேறேதும் கேட்பாரோ என்று ரஞ்சனி குழம்பிக்கொண்டிருந்தாள். நல்லவேளையாகக் கேட்கவில்லை.

“நீங்க ஒரு பாட்டுப் பாடுங்களேன். கேக்க விருப்பமா இருக்கு.”

‘சியாமளா... என் ஜீவப்பிரியயே சியாமளா, சியாமளா தேவி...’ என்ற பாட்டைப் பாடினான்.

அவன் கண்களை மூடியும் திறந்தும் பாடினான். ரஞ்சனியின் கண்கள் விரிந்தன. குரல் மயக்கிக்கொண்டே இருந்தது. மயக்கத்தில் மூட முயன்ற கண்களைப் பிடிவாதமாக விரித்துப் பார்த்தாள். ‘சியாமளா தேவி... பாங்குடன் தேன்மொழி பேசிட வாராயோ என் ஜீவப்பிரியே சியாமளா... சியாமளா தேவி... ஏக்கமே தீர இறங்கி வருவாயே நீயே சியாமளா... சியாமளா தேவி... ஆசைமுகம் காட்டியே என் அல்லலைத் தவிராயோ... ஆடி வந்து எந்தன் அன்பினை மேவி ஆனந்தம் தாராயோ சியாமளா... சியாமளா தேவி...’

தானே சியாமளா தேவி என்று ரஞ்சனிக்குத் தோன்றியது. ‘நான்தான் சியாமளா தேவி நான்தான் சியாமளா தேவி’ என்று மனம் சொல்லியது. ஒரு மனிதனால் தன்னைச் சுற்றி இவ்வளவு வெளிச்சம் தர முடியுமா. ஓடிச்சென்று அவனைக் கட்டிக்கொள்ள வேண்டும் என்று ரஞ்சனிக்குத் தோன்றியது.

•••

4

சங்கீதம் கற்றுக்கொள்ள ஆரம்பித்த பின் வேறு ஆளாக மாறிக்கொண்டிருப்பதாக ரஞ்சனிக்குத் தோன்றியது. 'சியாமளா தேவி' பாட்டை அவள் அடிக்கடி எம்.கே.டி. பாகவதரின் குரலில் கேட்டுக்கொண்டிருக்கிறாள். கேட்டுக் கொண்டிருக்கும்போதே ஜெகதேவின் குரல் ஒலிக்கிறது.

அலுவலகத்தில் காலை வேலை முடிந்து மதிய உணவு இடைவேளையின்போது சந்திரன் வந்தான்.

"என்னடா பைரவி, சஹானாவைப் பாத்தியாடா. ரெண்டு நாள் லீவுலே ஒருநாள் பைரவி, ஒருநாள் சஹானான்னு சொன்னியே."

"ரெண்டு பேருமே அழகாத்தான் இருக்காங்க. ஆனா அவுங்களுக்கு என்னைப் புடிக்கணுமே. பைரவிக்கு சருமப் பிரச்சினை இருக்கற மாதிரி தெரியுதுனு அம்மா சொல்றா. சஹானாவைக் காட்டிலும் பைரவிதான் அழகு. அம்மா இப்படிச் சொல்றா."

"டேய் அழகை மட்டும் பாக்காதேடா. குடும்பம், குணம், இதையெல்லாம் சேர்த்து வைச்சுத்தான் பாக்கணும்."

"இப்ப நீ தொடர்ச்சியா சங்கீதம் கத்துக்கறியா."

"கத்துக்கிறேனா. விழுந்து நீச்சல் அடிக்கி றேன்டா. அழகன்டா. நீ சொல்லித்தானேடா நான் போயி அவரைப் பாத்தேன். உனக்கு நூறு வணக்கம் சொல்லணும்."

"என்னை விட அவர் அழகா."

“நீ என்னடா பிஸ்கோத்து. அவரு சூரிய பகவான் மாதிரி இருக்காரு.”

இந்தச் சமயத்தில் சந்திரனுக்கு போன் வந்தது. எடுத்துக் கேட்டான். அவன் முகம் மாறியது.

“என்னடா சோகமா மாறிட்டே.”

“சஹானா வீட்லே என்னை வேணான்னு சொல்லிட்டாங் களாம். அம்மா போன் பண்ணிச் சொன்னாங்க.”

“விடுடா. இவ இல்லைன்னா இன்னொருத்தி உனக்கு நல்ல பொண்ணா கிடைப்பா. அழகா இருப்பா. குணமா இருப்பா.”

“நீ சொன்னபடியே நடக்கட்டும். ஏன் இப்படி தள்ளிக் கிட்டே போகுது. ரஞ்சனி நாளைக்கி சாயந்தரம் நாம ரெயின்போ காப்பி ஷாப்பிலே சந்திப்போமா.”

“எதுக்குடா.”

“காப்பி குடிக்கறதுக்கு. (சிரிப்பு) எனக்கு உன்கிட்டே சில விஷயங்கள் பேசணும். அதுக்குத்தான்.”

“சரி. வர்றேன். ஆறு மணிக்கு காபி ஷாப்பிலே சந்திப்போம்.”

அடுத்த நாள் இருவரும் சந்தித்தார்கள். சந்திரன் ஏதோ யோசனையிலிருந்தான். வழக்கம்போல் பிரெஞ்சு ப்ரையும் காபியும் கொண்டுவரச் சொன்னார்கள். சந்திரனின் முகம் வழக்கம்போல் இல்லை என்று அவளுக்குத் தோன்றியது.

சந்திரன் ஏதோ சொல்லத் தயங்கிக்கொண்டே இருப்பதாக ரஞ்சனிக்குத் தோன்றியது. அவன் மனதை அறிந்தவளாக, ரஞ்சனி ஆடைகளைச் சரிசெய்துகொண்டாள். அந்தத் தருணம் அவள் மீது சந்திரனுக்குக் காம உணர்வுகள் ஏற்பட்டன.

“ஏதோ சொல்ல நினைக்கிறே. சொல்லு.”

“ரஞ்சனி... நாம ரெண்டு பேரும் கலியாணம் பண்ணிக்கிட்டா என்ன. நல்ல பதிலா சொல்லு.”

“என்னடா எனக்கு வாழ்வு கொடுக்கிறியா.”

“என்ன ரஞ்சனி. இப்படிப் பேசறே. உன்னைப் படிக்கிற காலத்துலே இருந்து தெரியும். எனக்கு உன் மேலே விருப்பம் இருந்தது. என்னாலே சொல்லத்தான் முடியலை. உனக்கும் அது தெரியும். நாம ரெண்டு பேரும் ஒருத்தரை ஒருத்தர் கிண்டல் பண்ணி நண்பர்கள் மாதிரி பேசிக்கிட்டாலும் உன் மேலே எனக்கு இன்னும் விருப்பம் இருக்கு.”

"என்னடா இப்படிச் சொல்றே. நான் யோசிக்கணும். என் நிலைமை உனக்குத் தெரியும். இது சரிப்பட்டு வருமான்னு எனக்குத் தெரியலை. நாளைக்கி லீவு நாள்தான். நீ காலையிலே பதினோரு மணிக்கு என் வீட்டுக்கு வா. பேசுவோம். வேற முடிவா இருந்தாலும் ஏத்துக்குற பக்குவத்தோட வா."

அதற்குப் பிறகு அவர்கள் இருவரும் அதிகமாகப் பேசிக்கொள்ளவில்லை. சம்பிரதாயமாகப் பேசிக்கொண்டார்கள். அமைதியாக இருப்பது அவர்கள் மனதில் குழப்பங்களை ஏற்படுத்திக்கொண்டிருந்தது. பிரெஞ்சு ப்ரை வந்தது. டோமோட்டோ கெச்சப்பை எடுத்து பிரெஞ்சு ப்ரையில் சந்திரன் ஊற்றினான். அது எவ்விதமோ தவறி சந்திரனின் பேண்ட்டில் விழுந்து தரையில் உருண்டது. சந்திரன் அதை எடுத்து மேஜையில் வைத்தான். பேண்ட்டில் சில இடங்களில் ஸாஸ் பட்டிருந்தது. ரஞ்சனி அவனைப் பார்த்தாள். அவனிடம் இதுவரை அவள் காணாத தடுமாற்றம்.

ரஞ்சனி வீட்டிற்கு வந்தாள். தூக்கம் வராது போலிருந்தது. சந்திரனுக்கு என்ன பதில் சொல்வது என்று யோசித்துக்கொண்டிருந்தாள். நாளை வரச் சொன்னதற்குப் பதில் இன்னொரு நாள் வரச் சொல்லியிருக்கலாமோ என்று நினைத்தாள். அவன் விருப்பத்தைத் தெரிவித்துவிட்டான். பதிலைத் தள்ளிப்போடக் கூடாது; நாளை வரச் சொன்னது சரிதான் என்று தோன்றியது.

அவனைக் கணவன் நிலையில் வைத்துத் தன் வாழ்வைக் கற்பனை செய்து பார்த்தாள். நிறைவாக இல்லை. நண்பனாகப் பாவிப்பது பொருத்தமாக இருந்தது. 'எத்தனை காலம் இப்படித் தனியாக இருப்பது. கணவர் இறந்துவிட்டார். அப்பா, அம்மாவிற்கு வயதாகிவிட்டது. பின்னர் தனி ஆளாகக் காலத்தைக் கழிக்க வேண்டும். நோயுற்றாலும் வயதானாலும் கவனிக்க ஆள் இல்லை. வேறு ஒருவரைத் திருமணம் செய்துகொள்ள வாய்ப்பு உருவாகுமா. அவர் எப்படி இருப்பாரோ. நரகத்தில் வாழ்வதுபோல் ஆகிவிடுமோ. சந்திரன் தெரிந்தவன். பல சமயங்களில் மடையன் போல் இருப்பவன்தான். ஆனாலும் வாழ்க்கை நரகமாக இருக்காது. அவன் வீட்டில் என்னை ஒப்புக்கொள்ளமாட்டார்கள். தனியாகத்தான் இருக்கவேண்டும். அவனுடைய விருப்பத்தை ஏற்றுக்கொண்டால் என்ன. வேறு எனக்கு என்ன மாற்று ஏற்பாடுகள் உள்ளன. ஒன்றும் இல்லை'- என்றெல்லாம் யோசித்தாள். அவளால் முடிவுக்கு வர முடியவில்லை. நாளை முடிவு எடுப்போம் என்று நினைத்தாள்.

•••

சுரேஷ்குமார இந்திரஜித்

5

இரவில் சரியாகத் தூக்கம் வராமல் தாமத மாகத் தூங்கியதால் காலையில் தாமதமாகவே ரஞ்சனி எழுந்தாள். குளித்துவிட்டுக் காலை உணவைத் தயார் செய்து சாப்பிட்டாள். சந்திரனை வரச் சொல்லியிருந்ததால் வீட்டைச் சுத்தப்படுத்தினாள். தூசுகளைத் தட்டிவிட்டுப் பொருட்களை ஒழுங்கு செய்தாள். வயலின் இசையைச் சத்தம் குறைவாக வைத்திருந்தாள்.

அழைப்பு மணி அடித்தது. கதவைத் திறந்தாள். சந்திரன் உள்ளே நுழைந்தான். இருவரும் தனித்தனி சோபாக்களில் உட்கார்ந்தார்கள்.

“பாடகியா உருவாகியிருவே போல இருக்கே. இவ்வளவு சி.டி.க்கள் இருக்கு. அவரை சூரிய பகவான் போல இருக்கார்னு சொல்லியிருக்கே. நல்லா சொல்லித் தாராரோ.”

“நல்லா சொல்லித் தாரார். ஆரம்பப் பாடத்திலேதான் இருக்கேன். ஆனா நிறைய பாட்டு, இசை கேக்கறேன். என்னுடைய தனிமையைப் போக்குது.”

“தனிமையைப் போக்கிக்கொள்ளலாம்னு தான் நான் ப்ரோபோஸ் பண்ணினேன்.”

பேசுவதற்கு இடையூறாக இருக்கும் என்று எண்ணி வயலின் இசையை நிறுத்தினாள்.

“நான் யோசித்துப் பார்த்தேன். வேண்டாம்னு தோணுது. நாம நண்பர்களா இருக்கறதுதான் பொருத்தம். நாம ரெண்டு பேரும் சேந்துதான்

பிரசாத்தைக் கொலை பண்ணினோம்னு வழக்கை ஜோடிக்கப் பாத்தாங்க. நல்ல வேளையா இன்ஸ்பெக்டர் மாறி, வேற இன்ஸ்பெக்டர் வந்து குற்றவாளியைக் கண்டுபிடிச்சார். நாம ரெண்டு பேருக்கும் இடையே தொடர்பு இருக்குன்னுகூட சிலர் சந்தேகப்பட்டிருக்கலாம். நாம ரெண்டு பேரும் நல்ல ப்ரெண்ட்ஸா இருக்கோம். இப்படியே இருந்துருவோம். நான் தனியாவே இருந்துர்றேன். பின்னாலே என்ன நடக்கும்னு யாருக்கும் தெரியாது. இதை ஏத்துக்கிட்டு நீ ப்ரோபோஸ் பண்ணினதை மறந்துரு. இதுதான் என் பதில்."

சந்திரன் ஏதும் பேசாமல் இருந்தான். எழுந்து சென்று டைனிங் டேபிளில் இருந்த பாட்டிலில் இருந்து டம்ளரில் நீர் ஊற்றிக் குடித்துவிட்டு வந்து உட்கார்ந்தான்.

"படிக்கற காலத்துலே இருந்து உன் மேலே எனக்கு விருப்பம் இருந்தது. எனக்கு அப்ப ப்ரோபோஸ் பண்ண தைரியம் இல்லை. உனக்கும் பிரசாத்துக்கும் கல்யாணமாச்சு. நான் ரொம்ப டிப்ரஷனிலே இருந்தேன். அவர் இறந்துபோனாரு. இப்ப நீ தனியா இருக்கே. எனக்கு உன் மேல இருக்கற விருப்பம் மாறலை." என்று சொன்னவன், எழுந்து வந்து, அவள் முன் முழங்காலிட்டு அவள் கைகளைப் பிடித்தான். அவள் 'ச்சை' என்று அவனைத் தள்ளிவிட்டாள். அவன் ஆவேசத்துடன் எழுந்து கொண்டுவந்த பையிலிருந்து எதையோ எடுத்தான். அந்த ஸ்ப்ரேயை அவள் முகத்தில் அடித்தான். ரஞ்சனி நினைவிழந்தாள்.

அவளைத் தூக்கி, படுக்கையறைக்குச் சென்று படுக்கையில் கிடத்தினான். அவள் கை, கால்களை அசைக்க முயன்றாள். முடியவில்லை. பிரக்ஞை இல்லை. விழித்துப் பார்த்தாள். தலை சுற்றுவது போலிருந்தது. இடுப்புக்குக் கீழே ஆடையில்லை என்பதையும் மார்பகங்கள் மூடாமல் திறந்திருப்பதையும் உணர்ந்தாள். எழ முயன்றாள். சக்தியில்லை. படுத்த நிலையிலேயே கைகளால் போர்வையைத் தேடினாள். அகப்பட்டது. அப்படியே படுத்திருந்தாள். நடந்து முடிந்த விபரீதத்தை அறிந்தாள்.

வாசல் கதவு உட்புறம் தாழிடாமல் இருக்கும் என்பதால் சுற்றியிருந்த போர்வையுடன் வாசலுக்கு வந்து தாழிட்டாள். பிறகு மீண்டும் படுக்கைக்குச் சென்று படுத்தாள்.

விழிப்பு வந்துவிட்டது. குளியலறைக்குச் சென்று குளித்தாள். தெளிவு கிடைத்தது. ஆவேசம் மனம் முழுக்க நிறைந்திருத்தது.

'அவன் எவ்வளவு கீழ்த்தரமான ஆளாக இருப்பான். அவனைப் போய் நான் நம்பியிருக்கேன். உள்ளத்துலே இவ்வளவு கீழ்த்தரமான ஆசையை வைச்சுக்கிட்டு பழகியிருக்கான். அவன்

ஆசையைத் தீர்த்துக்கொண்டான். இதுலே ப்ரோபோஸ் வேற பண்றான். ஆபீஸ்லே என் முகத்தை எப்படிப் பார்ப்பான். வேலையை விட்டுட்டுக்கூட போயிருப்பான். இதை நான் யாரிடமும் சொல்ல முடியாது. அதனாலே தனக்கு அதைப் பத்திக் கவலையில்லைன்னு அவன் நினைப்பான். கம்ப்ளெயிண்ட் கொடுத்து நான்தான் சீரழியணும். என்னைத்தான் அவன் கெடுத்துட்டானே. அதனாலே சினிமா கதாநாயகி மாதிரி நான் வேற வழியில்லாமல் அவனைக் கலியாணம் பணணிக்கிருவேன்னு கூட நினைப்பான். முட்டாப் பய. அவனைத் தண்டிக்கணும். ஏதாவது ஒரு வழியிலே தண்டிக்கணும். தண்டிச்சே ஆகணும். அவனை நானே கொல்லலாம். அப்புறம் ஜெயில்லே கிடக்கணும். அவன் என்னைக் கெடுத்தது ஊர் பூரா தெரிஞ்சு போகும். எப்படித் தண்டிக்கறது. வழி தெரியலை.' இப்படி யோசித்தாள். கண்ணாடியில் முகத்தைப் பார்த்தாள். வீங்கியிருப்பது போல் தெரிந்தது. படுக்கையில் படுத்துக் கண்களை மூடினாள். அவளுக்கு இன்ஸ்பெக்டர் பிரேம்குமார் நினைவு வந்தது.

•••

6

ரஞ்சனி ஆபீஸ் சென்றாள். அவள் நினைத்தபடி சந்திரன் வேலையை ராஜினாமா செய்திருந்தான். அனுபவம் இருப்பதால் வேறு வேலை கிடைத்து விடும். அல்லது ஏற்கெனவே வேறு வேலை கிடைத்திருக்கலாம். ஒரு செயலுக்குப் பின்னே பல கணக்குகள் இருக்கும்.

இன்ஸ்பெக்டர் பிரேம்குமாரைத் தொடர்பு கொண்டு தனியாகப் பேச வேண்டும் என்று சொல்லியிருந்தாள். அவர் தன் வீட்டிற்கு வரச் சொல்லியிருந்தார். வீட்டில் மனைவி இருப்பதாவும் தனியே பேசிக்கொள்ள வாய்ப்பு இருப்பதாவும் தெரிவித்தார்.

தனி அறையில் பிரேம்குமாரும் ரஞ்சனியும் உட்கார்ந்திருந்தார்கள். அவள் அழுகைக்கிடையே நடந்ததைக் கூறினாள்.

“உங்க அப்பா, அம்மாகிட்டேகூடச் சொல்லாம எங்கிட்டே சொல்லணும்னு ஏன் தோணிச்சு.”

“நீங்களும் அப்பா மாதிரிதான் சார். பிரசாத் இறந்தப்ப, அப்ப இருந்த இன்ஸ்பெக்டர் என்னைச் சுத்தி ஒரு கதையை ஜோடித்தார். நீங்கதான் உண்மை யான குற்றவாளியைக் கண்டுபிடிச்சு என்னைக் காப்பாத்துனீங்க.”

“கேஸ் வந்தா மீடியா இதைப் பிரபலப்படுத்தி யிருவாங்க. உங்களுக்குத்தான் பாதிப்பு. இதை நிரூபிக்கறதுக்குப் பல சோதனைகள் இருக்கு. அதெல்லாம் நீங்க தாங்க மாட்டீங்க. நீங்க என்ன நினைக்கிறீங்க.”

“அவனைத் தண்டிக்கணும். ஏதாவது ஒரு வழியிலே. அவன் சாகணும்.”

“அம்மா நான் வறுமையான குடும்பத்துலே இருந்து வந்தவன். எங்க முன்னோர்கள் கொல்லிமலையிலே இருந்தாங்க. ரொம்பவும் பிற்பட்ட, வருமானத்துக்கு வசதியில்லாத மக்கள் வாழ்ந்த இடம். ஜெஸ்ஸிமான் பிராண்ட் அவர் மனைவி ஈவிலின் பிராண்ட் ரெண்டு பேரும் மருத்துவ சேவைக்கு வந்தாங்க. மலேரியாவுலே மக்கள் இறந்த, கைவிடப்பட்ட காலகட்டம். சுதந்திரமடையறதுக்கு முன்னாலே. அப்படிக் கைவிடப்பட்ட குடும்பத்தைச் சேர்ந்தவங்கதான் எங்க முன்னோர்கள். இருக்க இடமும் உணவும் உடையும் அவங்க கொடுத்தாங்க. பாதை வசதி அப்ப இல்லை. டோலி கட்டித்தான் ஈவிலின் பிராண்டை கொல்லிமலைக்குக் கொண்டுவந்தாங்க. அங்க ஒரு மரவீடு கட்டியிருந்தாங்க. அதில்தான் ரெண்டு பேருக்கும் கல்யாணமாச்சு. ஜெஸ்ஸிமானைக் காட்டிலும் ஈவிலின் ஆறு வயசு மூத்தவங்க. ரெண்டு பேரும் கருணை உள்ளம் கொண்டவங்க. இங்க வந்து கொசுக்கடியிலே கஷ்டப்பட்டு மக்களுக்கு உதவி பண்ணனும்னு என்ன தேவை அவுங்களுக்கு இருக்கு. ஜெஸ்ஸிமான் நாப்பத்தி மூணு வயசுலே இறந்துபோனாரு. அவரு மனைவி தொண்ணூத்தி மூணு வயசு வரைக்கும் இருந்தாங்க. ரெண்டு பேரு கல்லறையும் அந்த மரவீட்டுக் காம்பவுண்டுக்குள்ளே இருக்கு. மரவீட்டை இப்ப போனாலும் பாக்கலாம். நான் ரெண்டு வருஷத்துக்கொரு தடவை போயிக் கல்லறையிலே அஞ்சலி செலுத்திட்டு வருவேன். இப்ப ரோடெல்லாம் போட்டுட்டாங்க. எங்க துரதிருஷ்டம் என் அப்பாவுக்குத் தொழுநோய் வந்திருச்சு. ஜெஸ்ஸிமானோட மகன் பால் வில்சன் பிராண்ட். வேலூர் சி. எம். சி. ஆஸ்பத்திரியில் தொழுநோய் அறுவை சிகிச்சை மருத்துவர். அவர்தான் என் அப்பாவை வாழ வைச்சார். இன்னைக்கும் சி. எம். சி. ஆஸ்பத்திரியிலே பால் வில்சன் பிளாக்னு பேர் உள்ள கட்டிடத்தைப் பாக்கலாம். இப்படி உதவி பண்றதுக்கே வந்த புண்ணியவான்கள். நான் எப்படியோ போலீஸ்லே சேந்து இன்ஸ்பெக்டரா ஆயிட்டேன். துயரப்படறவங்களுக்கு உதவி பண்ணணும்னு நினைப்பேன். நீங்க உங்க கதையைச் சொன்னீங்க. நான் என் பழைய கதையை உங்களுக்குச் சொல்றேன். உதவி பண்ண நினைக்கிற எனக்கு கெட்டவங்களைத் தண்டிக்கவும் தெரியும். நீங்க எங்கிட்டே சொன்னது ரகசியம். என் மனைவியிடம்கூட சொல்ல மாட்டேன். உங்களுக்கு நல்ல வாழ்க்கை அமையணும்னு நான் யேசுவை வேண்டிக்கறேன்.”

•••

7

ஜெகதேவிடம் பாட்டுக் கிளாஸிற்குச் செல்வது, ஆபீசுக்குச் செல்வது, இசை கேட்பது என்று அவள் வாழ்க்கை சென்றுகொண்டிருக்கிறது. ரஞ்சனியின் முக மாற்றத்தைக் கண்டு ரஞ்சனியிடம் ஜெகதேவ் விசாரித்தான். ரஞ்சனி சிரித்துக்கொண்டே சமாளித்துவிட்டாள். அவன் பாடம் சொல்லிக்கொடுக்கும் அழகையும் அவன் தேஜஸையும் பார்த்துக்கொண்டிருப்பதே அவளுக்கு சந்தோஷமாக இருக்கிறது. அவனுடைய அழகைக் கண்டு, ஆரம்பத்தில் பதற்றமடைந்திருந்த அவள் தற்போது சகஜ நிலைக்கு வந்திருந்தாள். எந்தப் பெண்ணுக்குக் கொடுத்து வைத்திருக்கிறதோ என்று நினைத்துக்கொள்வாள்.

ஒருநாள் தினசரி செய்தித்தாளைப் பார்த்துக் கொண்டிருந்தபோது ஒரு செய்தி கண்ணில் பட்டது. சந்திரன் என்பவன் இரவில் சாலையில் இருசக்கர வாகனத்தில் சென்றுகொண்டிருந்த போது அடையாளம் தெரியாத வாகனம் மோதி விபத்து ஏற்பட்டு, இறந்துவிட்டதாகப் படித்தாள். சந்திரனின் போட்டோவும் இருந்தது. எழுந்து சென்று வயலின் இசையைப் போட்டாள். அன்று கேட்ட இசை.

ரஞ்சனி சலனம் ஏதுமின்றி அன்றாடக் காரியங்களைப் பார்த்தாள். மனம் கல் போலக் கனத்தது.

இரண்டு நாட்கள் கழித்து ஆபீஸில் இருந்தபோது, தபாலில் அவளுக்கு ஒரு பார்சல் வந்தது.

அனுப்பியவரின் முகவரியைப் பார்த்தாள். ஜெகதேவின் முகவரி இருந்தது. பார்சலை பிரித்துப் பார்த்தாள். உள்ளே ஒரு சின்னப் பெட்டி இருந்தது. அதைத் திறந்து பார்த்தாள். உள்ளே ஒரு ரோஜா மலர் இருந்தது. ஒரு துண்டுக் காகிதமும் இருந்தது. அதில் இவ்வாறு ஜெகதேவ் எழுதியிருந்தான்.

‘ரஞ்சனி, எனக்குச் சொல்லத் தடுமாற்றமாக இருக்கிறது. எனவே, தபாலில் ரோஜா மலரை அனுப்பியிருக்கிறேன். நாளை பாட்டுக் கற்றுக்கொள்ள வரும்போது நீங்கள் ஒரு ரோஜா மலரைச் சூடி வருவதன் மூலம் நான் உங்கள் உள்ளத்தைத் தெரிந்துகொள்வேன். – ஜெகதேவ்’

ரஞ்சனிக்கு அன்று இரவு முழுவதும் தூக்கம் வரவில்லை. முடிவெடுக்க முடியவில்லை. கடிகாரத்தைப் பார்த்துக் கொண்டே இருந்தாள். விடிந்துவிட்டது. ஆபீஸ் செல்வதற்கு முன் பாட்டுக் கற்றுக்கொள்ளச் செல்ல வேண்டும். ஜெகதேவின் ரொமாண்டிக் கடிதம் அவளை அலைக்கழித்துக்கொண்டிருந்தது.

இருசக்கர வாகனத்தில் செல்லும்போது பூக்கடையில் நிறுத்தி ஒரு ரோஜா மலரை வாங்கினாள். மலரின் இதழ்களில் நீர்த்துளிகள் இருந்தன. அந்த மலரை ஒரு பாலிதீன் பையில் வைத்து இருசக்கர வாகனத்தில் உள்ள பெட்டியில் வைத்துக்கொண்டாள்.

மனம் குழப்பமாக இருந்தது. இருசக்கர வாகனத்தில் சென்றுகொண்டிருந்தாள். முடிவெடுக்க முடியவில்லை.

ஜெகதேவின் வீட்டிற்குள் நுழையும்போது அவள் கூந்தலில் ரோஜா மலர் இருக்கவில்லை. அவன் வழக்கம்போல் பாட்டுக் கற்றுக்கொடுத்தான். அவள் வழக்கம்போல் கூடப் பாடி, தனியாகப் பாடிக் கற்றுக்கொண்டாள். நேரம் முடிந்ததும் வெளியேறி இருசக்கர வாகனத்தில் ஆபீஸிற்குச் சென்றாள்.

•••